Về tác giả:

Helen Lê Hạ Huyền (sinh năm 1984) tốt nghiệp thạc sĩ ngành Quản trị kinh doanh quốc tế tại Đại học Hamburg, Đức. Từ niềm đam mê bất tận với ẩm thực Việt, vào tháng 5 năm 2011 trong lúc đang du học ở Đức, Helen bắt đầu chia sẻ các video hướng dẫn cách nấu các món ăn Việt trên kênh Youtube với tên gọi "Helen's Recipes" (những công thức nấu ăn của Helen). Đến nay các video được tải lên thu hút hàng chục triệu lượt xem đến từ khắp nơi trên thế giới. Hàng trăm nghìn người đã đăng ký theo dõi kênh này.

Hãy đăng kí nhận video mới miễn phí tại đây:

http://goo.gl/upfRRU

Cách xem các video hướng dẫn kèm sách này:

Mỗi công thức nấu ăn trong cuốn sách này đều đi kèm với mã QR và đường dẫn ngắn đến các video hướng dẫn.

Nếu bạn đang đọc bản in, hãy tải ứng dụng đọc mã QR (QR Reader App) vào điện thoại hoặc máy tính bảng của mình và cho máy quét mã QR đi kèm dưới mỗi trang sách để kích hoạt video hướng dẫn trên Youtube.

Nếu bạn đang đọc bản điện tử, chỉ cần bấm chuột vào đường dẫn cuối các trang công thức, bạn sẽ xem được video hướng dẫn cách làm món đó trên Youtube.

http://goo.gl/upfRRU

Đơn vị đo:

1 ms = 1 muỗng súp = 1 tablespoon = 15 ml

1 mcf = 1 muỗng cà phê = 1 teaspoon = 5 ml

1 chén = 1 cup = 240 ml (chén ăn cơm)

Mục lục

Món khai vị — 9

GỎI CUỐN	10
BÒ LÁ LỐT	12
SÚP BẮP CUA	14
CHEM CHÉP NƯỚNG MỠ HÀNH	16
RAM QUẢNG	18

Bún, mì, miến, phở — 21

MỲ QUẢNG TÔM THỊT	22
BÚN MẮM NÊM	26
BÚN BÒ HUẾ	28
BÁNH CANH	32
HỦ TIẾU NAM VANG	36
BÚN BÒ NAM BỘ	38
PHỞ BÒ	40
PHỞ GÀ	44
BÚN CHẢ HÀ NỘI	46
BÚN THANG	50

Món ăn cơm — 55

CÁ KHO	56
THỊT HEO QUAY	58
CƠM TẤM SƯỜN, CHẢ TRỨNG	60
ĐẬU PHỤ SỐT CÀ CHUA	62
BÒ LÚC LẮC	64
THỊT KHO TÀU	66
SƯỜN RAM MẶN	68
TÔM THỊT RIM	70
GÀ XÀO SẢ ỚT	72
CÁNH GÀ CHIÊN MẮM	74
GÀ KHO GỪNG	76
GÀ RÔ-TI	78
RAU MUỐNG XÀO TỎI	80
CANH CHUA CÁ	82
CANH KHOAI MÔN	84

Bánh mặn — 88

NƯỚC CHẤM	90
BÁNH BỘT LỌC TRẦN	91
BÁNH BÈO	94
BÁNH CUỐN	96
BÁNH XÈO	98
BÁNH TIÊU	102
BÁNH QUẨY/ QUẨY NÓNG/ DẦU CHÁO QUẨY	104
BÁNH MÌ	106
BÁNH MÌ THỊT	110
BÁNH TÔM	112
BÁNH GIÒ	114
BÁNH BAO	116

Bánh ngọt — 118

BÁNH BÒ	120
BÁNH BÒ NƯỚNG	122
BÁNH BAO CHỈ	124
BÁNH ĐÚC LÁ DỨA	126
BÁNH PHU THÊ/BÁNH XU XÊ	128
BÁNH KHOAI MÌ NƯỚNG	130
BÁNH TẰM	132
BÁNH DA LỢN	134
BÁNH CHUỐI HẤP	136
BÁNH CHUỐI NƯỚNG	138
BÁNH RÁN/BÁNH CAM	140

Món tráng miệng — 143

NƯỚC CỐT DỪA	144
CHÈ SƯƠNG SA HẠT LỰU	145
CHÈ BÁNH LỌT	148
CHÈ CHUỐI	150
CHÈ TRÔI NƯỚC	152
CHÈ BỘT LỌC	154
RAU CÂU TRÁI DỪA	156
CÀ PHÊ SỮA ĐÁ	158
THẠCH RAU CÂU	162

MÓN KHAI VỊ

Những món ăn đường phố của Việt Nam như gỏi cuốn, ram cuốn cải, chem chép nướng mỡ hành được người Việt coi như những món ăn chơi hay thứ quà vặt giữa buổi. Từ món ăn đường phố, khi vào nhà hàng những món này mặc nhiên trở nên sang trọng, quý phái hẳn. Trong các bữa tiệc, khai vị được xem là món rất quan trọng giúp kích thích vị giác, tạo cảm giác ngon miệng để dẫn dắt thực khách vào món chính. Đó có thể là món chả giò nóng hổi giòn tan, món nộm các loại rau củ tươi ngon, món bò nướng lá lốt thơm lừng hay món gỏi cuốn trứ danh…

GỎI CUỐN

CHUẨN BỊ
30 phút

NẤU
45 phút

TỔNG THỜI GIAN
1 giờ 15 phút

MỨC ĐỘ
Dễ

MÓN
Khai vị

ẨM THỰC
Miền Nam

Gỏi cuốn là món ăn Việt Nam nổi tiếng trên thế giới bởi hương vị nhẹ nhàng, nguyên liệu tươi ngon. Món ăn này phổ biến ở miền Nam Việt Nam như một dạng thức ăn đường phố nhưng khi vào nhà hàng Việt Nam ở nước ngoài, nó trở thành món khai vị độc đáo.

NGUYÊN LIỆU
15 cuốn (5-8 phần ăn)

300 g thịt ba chỉ (10.6 oz)
1 mcf muối
200 g tôm (7 oz) 15 con
200 g bún khô (7 oz)
15 miếng bánh tráng
(đường kính 22 cm/ 8.7 in)
Rau sống: xà lách, rau thơm, ngò, lá hẹ…
1 trái dưa leo cắt thanh dài 7 x 3 cm
(3 x 1 in)

Phần nước sốt
1 ms dầu ăn
1 ms tỏi băm
5 ms tương hồi xỉn (hoisin)
5 ms nước luộc thịt
1 ms bơ đậu phộng (bơ lạc)
1 ms đường
1 mcf ớt băm
1 ms đậu phộng rang giã nhỏ

Xem video hướng dẫn:
http://goo.gl/iWNdY

1▶ Luộc thịt ba chỉ với 1 muỗng cà phê muối, để lửa vừa và luộc trong 25-35 phút tùy độ dày miếng thịt. Khi dùng đũa đâm vào miếng thịt mà không thấy nước màu hồng chảy ra là thịt đã chín. Vớt ra và ngâm nước lạnh để tránh bị thâm đen. Để ráo và cắt lát mỏng.

2▶ Cho tôm lên rang 2 phút cho tôm chín đỏ (không cho dầu ăn). Lột vỏ, bỏ chỉ lưng và chẻ dọc làm đôi.

3▶ Luộc bún khô 3-5 phút, xả lại với nước lạnh và để ráo.

4▶ Phi thơm 1 muỗng canh tỏi băm với 1 muỗng súp dầu ăn, cho vào 5 muỗng súp sốt tương ngọt hoisin và 5 muỗng súp nước luộc thịt, 1 muỗng súp bơ đậu phộng và 1 muỗng súp đường. Quậy đều và để lửa riu riu trong 2 phút cho sốt sệt lại. Múc ra chén nhỏ và thêm ớt băm, đậu phộng giã.

5▶ Nhúng bánh tráng và rẩy nhẹ cho bớt nước, trải lên đĩa hoặc thớt. Sắp rau, dưa leo, bún, tôm thịt lần lượt lên bánh tráng, chừa 2 bên lề. (Lưu ý cho mặt ngoài của con tôm hướng xuống dưới). Cuốn chặt tay thành cuốn tròn đẹp. Bạn có thể thêm vào vài cọng hẹ để cuốn có chiếc đuôi đẹp như ngoài quán hay làm.

1. Có thể thay thế thịt ba chỉ bằng thịt vai hay thịt lưng cho bớt mỡ.

2. Mỗi thành viên ngồi trong bàn ăn nên tự cuốn gỏi cho mình, như vậy sẽ tạo không khí vui vẻ, đầm ấm cho bữa ăn.

3. Món này nên ăn trong vòng 2 giờ sau khi cuốn vì nếu để lâu bánh tráng sẽ khô cứng. Bạn có thể gói thêm lớp màng bọc thực phẩm bên ngoài cuốn gỏi để mang đi picnic. Cách này giữ cuốn gỏi trong thời gian lâu hơn.

6▶ Chấm gỏi cuốn vào nước tương để thưởng thức.

BÒ LÁ LỐT

CHUẨN BỊ
30 phút

NẤU
30 phút

TỔNG THỜI GIAN
1 giờ 30 phút

MỨC ĐỘ
Trung bình

MÓN
Khai vị

ẨM THỰC
Việt

Lá lốt là một loại rau quen thuộc trong bữa ăn hằng ngày của người Việt, có hình dáng bên ngoài hơi giống lá trầu. Ngày còn nhỏ, Helen thường lấy lá lốt của mẹ giả làm trầu để nhai cho giống bà nội. Ngoài công dụng như một gia vị làm tăng hương vị của món ăn, lá lốt còn là một vị thuốc chữa nhiều bệnh như đau nhức, viêm nhiễm… Bò lá lốt là món ăn phổ biến và độc đáo được rất nhiều người yêu thích. Tùy vùng miền mà có thể dùng thịt băm hoặc thịt bò cắt lát mỏng. Bò lá lốt ngon nhất khi nướng than.

NGUYÊN LIỆU
4-8 phần ăn

500 g thịt bò băm nhỏ/ cắt lát (17.6 oz)
100 g mỡ thăn cắt hạt lựu (3.5 oz)
1 mcf muối
1 mcf đường
1 mcf bột nêm
½ mcf tiêu
1 ms tỏi băm
1 ms hành băm
3 ms sả băm
1 ms nước tương (xì dầu) / nước mắm
1 mcf ngũ vị hương (không bắt buộc)
3 ms đậu phộng rang giã nhỏ (không bắt buộc)
Lá lốt (30-35 lá)

Rau sống: xà lách, rau húng, tía tô, ngò,...
500 g bún/ bánh hỏi (17.6 oz)

Nước chấm
Mắm nêm hay nước mắm pha nhạt

Xem video hướng dẫn:
http://goo.gl/vKGrwE

1. Trộn chung thịt bò và mỡ thăn, ướp tỏi băm, hành tím băm, sả băm, tiêu, muối, đường, bột nêm, mắm/xì dầu, ngũ vị hương, đậu phộng giã (tùy ý). Ướp khoảng 30 phút.

2. Lá lốt ngắt từng lá, nhẹ tay rửa sạch và lau khô.

3-A. Cho 1 muỗng thịt đã ướp lên lá cuộn lại, mặt láng của lá ra ngoài.

3-B. Cuốn thịt đến gần cuống lá thì dùng đầu nhọn cây tăm xiên 1 lỗ ngay ở giữa cuốn, lấy cuống lá găm vào lỗ để cố định.

4. Có thể xiên các cuốn thịt thành 1 xiên dài. Nướng ở lò hoặc trên lửa than với nhiệt độ 180°C/356°F trong vòng 15-20 phút. Nhớ quẹt dầu lên trước và trong khi nướng để lá lốt khỏi cháy và thịt không bị khô.

5. Cũng có thể đem chiên ở lửa vừa, 2-3 phút mỗi mặt.

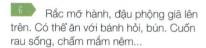

6. Rắc mỡ hành, đậu phộng giã lên trên. Có thể ăn với bánh hỏi, bún. Cuốn rau sống, chấm mắm nêm...

SÚP BẮP CUA

CHUẨN BỊ
5 phút

NẤU
60 phút

TỔNG THỜI GIAN
1 giờ 5 phút

MỨC ĐỘ
Trung bình

MÓN
Khai vị

ẨM THỰC
Việt

Món súp bắp cua hay được dọn trong các buổi tiệc (nhất là tiệc cưới) làm món khai vị. Súp rất dễ ăn và hợp với người già, trẻ em. Hầu như bữa tiệc nào món súp này cũng nhanh hết trước. Bắp làm nước súp có vị ngọt thanh. Đôi khi người ta thay bắp bằng măng tây và gọi là súp măng cua.

NGUYÊN LIỆU
8-10 phần ăn

1 con gà 1.5kg (3 lbs)
1 củ hành tây bóc vỏ
1 ms muối
500 g thịt cua (17.6 oz)
400 g bắp hạt (14 oz)
50 g nấm đông cô (1.76 oz)
200 g măng tây/ đậu Hà Lan (7 oz)

Cho 3 lít nước súp
6-9 ms bột bắp/ bột năng
4 cái trứng

Để trang trí
Hành ngò xắt nhỏ, dầu mè và tiêu.

1 Cho gà vào nồi lớn đổ ngập nước với 1 củ hành tây và 1 muỗng súp muối. Đun sôi vớt bọt, rồi hạ lửa luộc đến khi gà chín (30-60 phút tùy loại gà).

2 Vớt gà và hành tây ra. Để gà nguội, lọc xương và xé nhỏ thịt gà.

Xem video hướng dẫn:
http://goo.gl/JfJgN0

3 Cho vào nồi súp thịt cua, bắp ngọt, thịt gà và các loại rau củ khác như măng tây, cà rốt (cắt hạt lựu), đậu Hà Lan, nấm đông cô, hay chả lụa (xắt sợi) rồi đun nhỏ lửa.

4 Để súp sệt lại, pha bột bắp (hoặc bột năng) với nước lạnh. Cứ 1 lít nước súp gà thì cho 2-3 muỗng súp bột. Ví dụ nếu dùng 3 lít nước hầm gà thì pha khoảng 6-9 muỗng súp bột với 1 chén nước lạnh. Khuấy tan. Đập 3-4 cái trứng trong cái bát, nêm tí muối và tiêu. Đánh tan.

5 Để nồi súp sôi ở lửa vừa, vừa cho nước bột bắp vào từ từ, vừa quậy nhẹ tay. Nấu thêm 1 phút nữa.

6 Nhẹ nhàng cho trứng vào từng ít một, dùng đũa khuấy đều theo một chiều cho kéo sợi, tắt lửa liền.

7 MÚC SÚP RA CHÉN, RẮC NGÒ, THÊM ÍT TIÊU VÀ DẦU MÈ. WOW! SÚP NÓNG NGON QUÁ!

CHEM CHÉP NƯỚNG MỠ HÀNH

CHUẨN BỊ
5 phút

NẤU
15 phút

TỔNG THỜI GIAN
20 phút

MỨC ĐỘ
Dễ

MÓN
Hải sản

ẨM THỰC
Việt

Đây là một món ăn rất dễ làm nhưng lại trông rất ấn tượng và ngon miệng. Mùi thơm của nó bay xa hấp dẫn cả những thực khách khó tính nhất. Mỡ hành và đậu phộng rang thường được rưới lên các món nướng để làm món ăn bớt khô và trông hấp dẫn.

NGUYÊN LIỆU
4-6 phần ăn

1 kg chem chép (2.2 lb)
3 ms bơ tan chảy
3 ms dầu thực vật
1 chén hành lá xắt nhỏ
1/2 chén nước
1 ms đường
1/2 mcf muối (hoặc 2 mcf nước mắm)

1 mcf bột năng (hoặc bột bắp)
1 mcf tương ớt
1 ms gừng cắt sợi
1 mcf tỏi băm
4 ms đậu phộng rang giã nhỏ
4 ms hành phi
1 lát chanh

Xem video hướng dẫn:
http://goo.gl/8YHqO6

1 Rửa sạch 1 kg chem chép, xếp lên khay nướng có lót giấy nhôm. Rưới/quét bơ (đã tan chảy 15 giây trong lò vi sóng) lên từng con chem chép. Nướng 10 phút trong lò 200°C/400°F.

2 Hoà tan 3 muỗng súp dầu hào, 1/2 chén nước, 1 muỗng súp đường, 1/2 muỗng cà phê muối (hoặc 1/2 muỗng súp mắm), 1 muỗng cà phê bột năng.

3 Đun nóng 3 muỗng súp dầu ăn, cho hành lá vào xào 15 giây, đổ ra chén, giữ lại 1 muỗng súp dầu ăn trong chảo.

4 Cho chén nước sốt vào chảo đun tiếp, thêm gừng sợi và tỏi, quậy đều trên lửa nhỏ 2-3 phút đến khi hơi sệt lại. Thêm tương ớt cho cay cay.

5 Lấy chem chép ra, rưới nước sốt lên. Nướng thêm 5 phút.

6 Rưới mỡ hành, đậu phộng rang và hành phi lên. Dùng nóng với tí chanh. Mở 1 chai bia và cụng ly nào!

MẸO Để tiết kiệm thời gian, bạn có thể mua chem chép đông lạnh (ví dụ: New Zealand Greenshell Mussels) đã làm sạch trong hộp. Nếu bạn mua chem chép tươi, phải cọ sạch từng con và ngâm nước muối 1 giờ cho nhả bớt cát. Sau đó cho vào nồi hấp với nửa chén nước cho chem chép mở miệng. Con nào không mở miệng thì bỏ đi. Tách đôi và bỏ phần nắp trên, chỉ giữ lại phần nắp dưới có thịt và sắp lên khay. Các bước còn lại làm tương tự như hướng dẫn.

RAM QUẢNG

CHUẨN BỊ
40 phút

NẤU
20 phút

TỔNG THỜI GIAN
60 phút

MỨC ĐỘ
Dễ

MÓN
Khai vị

ẨM THỰC
Miền Trung

Người miền Trung nói chung và người Quảng Nam nói riêng có một món ăn gần giống nem rán ở miền Bắc hay chả giò ở miền Nam. Đó là món ram. Món này hiện diện thường xuyên trong mâm cỗ dịp lễ tết, giỗ chạp. Cách làm ram Quảng đơn giản hơn so với chả giò hay nem rán, nhưng hương vị cũng thơm ngon và hấp dẫn không kém. Vị béo, giòn và mùi thơm đặc trưng từ hành lá kết hợp với tôm thịt, bánh tráng khi rán lên kích thích vị giác đến nỗi nếu các bà nội trợ không để ý, mải lo làm việc thì đĩa ram trên bếp đã "bốc hơi" hết mấy phần!

NGUYÊN LIỆU
4 phần ăn

20 con tôm (300 g /10 oz), nguyên vỏ, tỉa chân, râu và đuôi
200 g thịt lợn (7 oz) thái mỏng
1 đầu trắng hành lá băm nhỏ
1 bó hành lá (100 g / 3.5 oz) cắt và chẻ dọc thành các đoạn khoảng 5cm
20 miếng bánh tráng
Dầu ăn
Rau thơm: cải xanh, rau húng, tía tô, ngò

Xem video hướng dẫn:
http://goo.gl/NcvctZ

1. Ướp tôm với chút muối và tiêu.

2. Ướp thịt với hành tỏi băm, muối, tiêu. Thịt nên được thái thật mỏng, nếu không thì bạn cần xào qua trước khi cuộn để tránh việc thịt vẫn còn sống sau khi rán.

3. Khi cuộn, đặt bánh tráng trên mặt phẳng. Đặt tôm, thịt và vài cọng hành lá ở một góc. Cuộn từ góc đến giữa, gấp hai bên mép vào trong rồi tiếp tục cuộn thật chặt tay đến cuối. Bạn có thể dùng một chút lòng trắng trứng để dính mép cuối cho kín.

4. Khi chảo đã sạch và khô, cho dầu vào ngập ít nhất khoảng 2.5 cm (1 inch). Đun nóng đến khoảng 180°C/375°F (hoặc khi bạn cho đũa vào thấy có các bong bóng nhỏ quanh chiếc đũa) rồi từ từ cho từng cuốn ram vào chảo. Lưu ý để chừa chỗ trống giữa các cuốn để khỏi bị dính. Vài phút sau bạn có thể để chúng sát lại và cho thêm nhiều cuốn vào chiên.

5. Chiên đến khi ram vàng đều. Cho ram ra đĩa có giấy ăn để thấm dầu. Ram đạt yêu cầu khi giòn, có vị thơm hòa quyện của tôm thịt và hành lá.

 Có rất nhiều cách để thưởng thức Ram Quảng:
- Bạn có thể đơn giản chấm với nước mắm ớt tỏi để ăn khai vị.
- Cuộn Ram vào trong rau cải hoặc bánh tráng với rau cải và các loại rau thơm khác rồi chấm mắm ớt tỏi. Món này còn được gọi là Ram Cuốn Cải.
- Ram còn có thể ăn kèm với bún và rau thơm, cùng một ít nước mắm. Đó là món Bún Chả Giò.

BÚN, PHỞ, MÌ

Nếu Nhật Bản nổi tiếng với món mì Udon, Trung Quốc tự hào với mì vằn thắn, Hàn Quốc có mì Ja-jang thì Việt Nam được biết đến nhiều nhất với món Phở. Tuy nhiên, phở chỉ là một trong vô vàn món sợi của người Việt. Thật không dễ liệt kê hết các món bún, mì nơi đây: phở, bún, mì, miến, bánh canh, hủ tiếu, cao lầu… Mỗi loại lại được chế biến theo kiểu riêng, tùy thuộc vùng miền hoặc nguyên liệu. Đơn cử như bún, ta có bún thang, bún mọc, bún chả, bún ốc, bún riêu…ở miền Bắc; bún bò giò heo, bún thịt nướng, bún mắm nêm, bún chả cá…ở miền Trung; bún nước lèo, bún mắm, bún suông, bún bò xào…ở miền Nam. Mỗi loại bún lại được chế biến đa dạng phong phú hấp dẫn thực khách ở mọi nơi. Khách du lịch nước ngoài ngày nay không chỉ thưởng thức món phở mà họ còn hăm hở thử hết các món bún, mì.

Người Việt thường đùa nhau về tiêu chuẩn "tô, ly, điếu" cho buổi điểm tâm. Như vậy dứt khoát buổi sáng phải làm 1 tô (bún, mì, phở), sau đó 1 ly (cà phê, trà, sữa…), nếu đàn ông thì thêm 1 điếu thuốc thì mới đủ năng lượng cho 1 ngày làm việc mới. Thế mới thấy rõ tầm quan trọng của các món sợi trong đời sống người Việt. Thật vậy, bún, mì, phở, miến là những món rất dễ ăn, đủ chất, vừa có đạm (thịt, cá, tôm cua…), vừa có tinh bột (sợi mì, bún…), vừa có rau các loại. Thật không có món ăn nào đủ chất dinh dưỡng gói gọn trong 1 "tô" như món bún, mì, phở Việt.

MỲ QUẢNG TÔM THỊT

CHUẨN BỊ
60 phút

NẤU
45 phút

TỔNG THỜI GIAN
1 giờ 45 phút

MỨC ĐỘ
Trung bình

MÓN
Món sợi

ẨM THỰC
Miền Trung

Đối với người Quảng (Quảng Nam- Đà Nẵng), Mì Quảng là món ăn thân thương nhất. Người dân ở đây có thể ăn mì suốt ngày, từ sáng đến chiều, từ hôm đến mai mà không biết ngán. Mì Quảng có thể được làm với nhiều nguyên liệu khác nhau như gà, cá lóc, lươn, tôm thịt, sứa, hến…Chỉ cần nhìn thấy một trái ớt xanh hay một cái bắp chuối là người ta nghĩ ngay đến mì Quảng. Tô mì Quảng ngon và "đúng điệu" nhất chỉ có thể là tô mì do chính tay mẹ mình nấu. Mọi công thức khác đều là "không đúng", vì mỗi người Quảng đều cho rằng mì Quảng do mẹ mình nấu là ngon nhất. Mỗi lần Helen về thăm nhà, mẹ luôn làm sẵn món mì Quảng tôm thịt để chờ con gái.

NGUYÊN LIỆU:
10 phần ăn

500 g thịt ba chỉ (1.1 lb) cắt lát mỏng
500 g tôm đất nguyên vỏ, tỉa chân, đầu và đuôi
1 ms hành tím băm nhuyễn
1 mcf bột nghệ
1 mcf muối
1 cái bắp chuối
2 ms giấm/nước cốt chanh
2 ms dầu ăn
1 ms tỏi băm nhuyễn
500 g cà chua (1.1 lb) cắt hạt lựu

1.2 lít nước dùng gà /heo (5 chén)
2 quả chanh
3 quả ớt xanh
Rau sống: giá, xà lách, tía tô, rau thơm các loại, bắp chuối
2 kg sợi mì quảng tươi (hoặc 2 gói bánh phở khô loại 400gram, sợi dày 5mm)
2 bánh tráng nướng
1/2 chén đậu phộng giã dập
Hành ngò xắt nhỏ để trang trí
Nước mắm, muối, đường, tiêu để nêm nếm

Xem video hướng dẫn:
http://goo.gl/4vfO52

▶ 1 Ướp thịt ba chỉ với hành tím băm, nước mắm, muối, bột nghệ, tiêu. Trộn đều, để khoảng 30 phút cho thấm. Tôm ướp 1/2 muỗng cà phê muối và tiêu.

▶ 2 Cắt bắp chuối: Cho dấm hoặc vắt chanh vào bát nước lạnh, bỏ vài lớp vỏ ngoài bắp chuối, cắt thật mỏng và ngâm liền vào nước cho khỏi bị thâm đen. Rửa lại 2 lần bằng nước lạnh.

▶ 3 Cho nồi lên bếp, cho vào 2 muỗng súp dầu ăn, chờ dầu nóng cho tỏi băm vào phi thơm, sau đó cho cà chua vào xào, nêm 1 muỗng súp nước mắm, đậy nắp hầm khoảng 20 phút đến khi cà nát như sốt cà chua. (Cà nát giúp nước nhưn sánh hơn, nếu xào nhanh quá nồi nước nhưn sau này sẽ bị lỏng lẻo).

▶ 4 Trong khi chờ cà hầm, lấy 1 cái chảo, cho 1 muỗng súp dầu, chờ nóng cho thịt đã ướp vào xào khoảng 5 phút, trút ra 1 cái tô.

▶ 5 Cho tiếp 2 muỗng súp dầu vào chảo, chờ nóng cho tôm vào xào 1 phút, nêm 1 muỗng súp đường, xào khoảng 1 phút nữa. Sau đó thêm 1 muỗng súp nước mắm, để lửa nhỏ rim tôm khoảng 8-10 phút, không đậy nắp, cho đến khi khô nước.

▶ 6 Cà chua hầm xong, thêm vào 1,2 lít nước, nấu sôi, cho thịt đã xào vào. Nêm thêm 2 muỗng súp nước mắm, 1 muỗng cà phê muối, 2 muỗng cà phê bột nêm (gia giảm tùy khẩu vị). Nước nhưn mì thường khá mặn, vì khi ăn chan rất ít nước, chỉ khoảng nửa tô. Tôm rim có thể cho luôn vào nồi nước nhưn, hoặc để riêng.

▶ 7 Nếu dùng sợi phở khô: nấu nồi nước sôi, cho vào 1 muỗng súp dầu ăn, cho sợi phở vào luộc theo hướng dẫn trên bao bì. Lúc nước sôi lại thì cho vào ½ muỗng cà phê bột nghệ, quấy đều. Đến lúc trút ra mì sẽ có màu vàng ươm. Trút ra cái rổ, xả lại bằng nước lạnh, rưới vào vài muỗng dầu ăn, xóc đều cho sợi mì khỏi dính.

▶ 8 Rau sống nhặt rửa sạch, cắt sợi dày 1 cm. Trộn các loại rau với giá và bắp chuối.

▶ 9 Cho rau sống vào nửa tô, cho sợi mì lên trên. Gắp vào 2 con tôm rim, chan nước nhưn chỉ đủ ướt rau và mì, rưới lên 1 ít dầu màu, rắc lên hành ngò, đậu phộng, bẻ miếng bánh tráng, chan thêm chút mắm, vắt miếng chanh, thêm khúc ớt xanh... Trộn đều lên, nào, măm măm!

BÚN MẮM NÊM

CHUẨN BỊ
40 phút

NẤU
5 phút

TỔNG THỜI GIAN
45 phút

MỨC ĐỘ
Trung bình

MÓN
món sợi

ẨM THỰC
Miền Trung

Bún mắm nêm là một món ăn "gây nghiện" ở miền Trung. Mắm nêm là một loại mắm đặc biệt có mùi thơm quyến rũ đối với "dân nghiện" nhưng nó lại khiến người chưa quen phải bịt mũi chạy dài khi mới thoảng nghe mùi. Mắm được làm từ cá cơm và muối với tỉ lệ cá nhiều hơn muối, vì thế nó có một hương vị rất độc đáo: thơm, ngọt. Nhiều bạn du học xa nhà trong hành trang làm gì cũng có giấu vài chai mắm nêm được gói kĩ. Và thú thật mỗi lần về quê, Helen thường ghé thăm bà bán bún mắm trước khi về nhà hehe. Làm bún mắm nêm rất dễ nhưng để có được tô bún ngon thì không dễ chút nào vì chất lượng một tô bún mắm nêm tùy thuộc vào trình độ pha mắm.

Xem video hướng dẫn:
http://goo.gl/oW8t9m

NGUYÊN LIỆU
6 phần ăn

1 chén thơm (dứa) băm nhỏ
1 chén nước
4-8 ms mắm nêm sao cho vừa ăn
1-2 ms nước cốt chanh
1 ms tỏi băm
1 ms sả băm
1 mcf ớt băm
4 ms dầu ăn
500 g thịt heo quay /luộc
500 g bún khô (1.1 lb)

Rau sống: Xà lách, rau thơm, diếp cá…
lặt rửa sạch cắt nhỏ
300 g giá đỗ (10.5 oz)
300 g đu đủ xanh bào sợi (tùy thích)
300 g mít non luộc cắt nhỏ (tùy thích)
Đậu phộng rang
Hành phi

1 Băm nhỏ 1 miếng thơm (dứa) thật nhuyễn, cho vào bát, hòa với 1 lượng nước sôi để nguội bằng lượng dứa. (Muốn nhanh thì dùng máy xay sinh tố xay). Sau đó cho mắm nêm vào, gia giảm theo khẩu vị. Nêm thêm đường và chanh nếu thích.

2 Phi thơm hành tỏi, sả, ớt băm với 3 muỗng canh dầu ăn. Khi tỏi vàng đổ ra chén có bỏ ít ớt bột để màu dầu đỏ đẹp. Hòa ½ hỗn hợp sa tế vào tô mắm. (Ngay cả khi mua mắm nêm pha sẵn vẫn phải pha lại như vậy thì mới ngon)

3 Cho rau sống vào tô. Cho bún lên trên rau sống, thêm thịt heo quay, chan dầu màu và mắm nêm lên. Rắc đậu phộng, hành phi, thêm đu đủ xanh bào, mít non luộc cắt nhỏ (nếu có). Trộn đều lên và thưởng thức nào!

BÚN BÒ HUẾ

CHUẨN BỊ
60 phút

NẤU
1 giờ 30 phút

TỔNG THỜI GIAN
2 giờ 30 phút

MỨC ĐỘ
Trung bình

MÓN
Món sợi

ẨM THỰC
Miền Trung

Nói đến Huế, người ta nghĩ ngay đến món ăn truyền thống đã tạo nên thương hiệu: bún bò Huế. Khác với mì Quảng, hủ tiếu hay phở, bún bò Huế được nấu công phu và có vị cay của ớt, vị thơm của sả quyện với mùi xương bò làm nên một hương vị độc đáo không lẫn vào đâu được. Tô bún bò bốc khói được chan ngập nước óng ánh màu đỏ của sa tế, nổi lên mấy miếng bò bắp, chả, hành ngò trông ngon lành, hấp dẫn làm sao!

NGUYÊN LIỆU
6-8 tô

Cho nồi nước lèo
1 kg xương bò (2.2 lb)
1 kg giò heo
1 kg thịt bò bắp
1 ms muối
1 ms đường
1 củ hành tây bóc vỏ
6 cây sả đập dập

Làm sa tế
3 ms dầu ăn
1 ms sả băm
1 ms hành tím băm
1 ms ớt bột
2 ms nước mắm
2 ms đường
4 ms nước dùng

Các nguyên liệu khác
2 muỗng mắm ruốc Huế
1 kg bún tươi (hoặc bún khô)

Không bắt buộc
400 g huyết luộc (16 oz)
200 g chả Huế (7 oz)
200 g chả lụa (7 oz)

Trình bày
50 g hành lá xắt nhỏ
50 g rau ngò xắt nhỏ
1 củ hành tây thái lát thật mỏng

Rau sống
Húng, quế, ngò, giá, rau muống chẻ, bắp chuối v.v.

Xem video hướng dẫn:
http://goo.gl/vjmTcN

1 Luộc sơ xương bò và giò heo khoảng 10 phút trước cho ra bớt chất bẩn rồi rửa sạch lại bằng nước lạnh.

2 Cho xương và giò đã luộc vào nồi lớn cùng với 5 lít nước, thịt bò bắp, 1 củ hành tây, 1 muỗng súp muối, 1 muỗng súp đường. Đập dập 5 cây sả, cột lại và cho vào nồi.

3 Đun nồi nước với lửa lớn, sau đó hạ lửa hầm khoảng 1 giờ (không đậy nắp). Thỉnh thoảng vớt bọt cho nước thêm trong. Sau khi hầm 1 tiếng lấy thịt ra cho vào tô nước lạnh cho đỡ bị thâm đen. Để nguội và cắt thịt thành miếng vừa ăn. Trong lúc đó, tiếp tục hầm xương thêm 1-2 giờ nữa. Nếu bạn hầm nước dùng hơn 2 tiếng, nên cho sả vào giờ sau.

4 Đun nóng 3 muỗng súp dầu ăn, cho tỏi, sả và hành tím băm vào phi vàng, nhắc xuống cho vào 1 muỗng súp ớt bột, 2 muỗng súp mắm, 2 muỗng súp đường, 4 muỗng súp nước hầm xương, quấy đều rồi đun lại trên lửa nhỏ khoảng 5 phút đến khi sa tế hơi sệt lại. Cho một nửa phần sa tế vào nồi bún, nửa còn lại để riêng ra chén nhỏ.

5 (Bỏ qua bước này nếu bạn dùng bún tươi). Luộc bún theo hướng dẫn trên bao bì. Sau đó xả lại với nước lạnh, rồi lại xả nước nóng để bún mau khô và không bị vón cục.

6 Pha 2 muỗng mắm ruốc vào 1 tô nước, quậy lên cho tan hết rồi để khoảng 10 phút cho ruốc lắng xuống bớt. Nấu 2 chén nước sôi, cho nước mắm ruốc vào, bỏ phần cặn. Đun sôi rồi để nguội khoảng 15 phút cho nước mắm ruốc lắng xuống, chiết ra phần nước trong cho vào nồi bún, phần cặn bỏ đi. Nêm lại nước bún với muối, mắm, bột nêm cho vừa ăn.

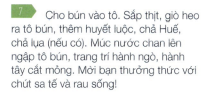

7 Cho bún vào tô. Sắp thịt, giò heo ra tô bún, thêm huyết luộc, chả Huế, chả lụa (nếu có). Múc nước chan lên ngập tô bún, trang trí hành ngò, hành tây cắt mỏng. Mời bạn thưởng thức với chút sa tế và rau sống!

BÁNH CANH

CHUẨN BỊ
30 phút

NẤU
1 giờ 30 phút

TỔNG THỜI GIAN
2 giờ

MỨC ĐỘ
Trung bình

MÓN
Món sợi

ẨM THỰC
Việt

Bánh canh là món ăn có nhiều phiên bản vào loại bậc nhất trong các món sợi của ẩm thực Việt. Sợi bánh có thể làm bằng bột gạo, bột mì hay bột sắn. Phần nước dùng thường được nấu với xương, cua, cá... còn phần nhân có thể thêm chả cá, chả tôm, chả lụa, nấm v.v. Ở Việt Nam, chợ nào cũng có bán sẵn sợi bánh nhưng nếu sống ở nước ngoài, bạn có thể mua sợi bánh khô ở các cửa hàng châu Á về luộc lên, hoặc cũng có thể dùng mì Udon của Nhật để thay thế. Buổi chiều đói bụng mà có 1 tô bánh canh ngọt lừ ăn thì còn gì bằng!

NGUYÊN LIỆU
4-6 phần ăn

Cho phần sợi bánh canh
1 chén bột năng
1 chén bột gạo
1/2 mcf muối
1 ms dầu ăn

Cho phần dầu điều
1/2 chén dầu ăn
2 ms hạt điều màu

Cho phần nước dùng
1 kg xương heo
3 lít nước
1 củ hành tây gọt vỏ
1 ms muối

Cho bánh canh chả cá
400 g chả cá, cắt miếng vừa ăn

Cho bánh canh cua
500 g thịt cua (1.1 lb)
500 g càng cua
200 g tôm bóc vỏ, bỏ chỉ lưng (7 oz)
1 ms tỏi băm

Phần trang trí
1/4 chén hành lá cắt nhỏ
Rau răm cắt nhỏ

Xem video hướng dẫn:
http://goo.gl/GsphlX

1 **Cách 1:** Trộn bột gạo, bột năng và muối trong 1 cái tô với 1 chén nước sôi. Nhồi bột đến khi mịn và không dính tay. Đậy bột lại và cho bột nghỉ khoảng 30 phút để bớt mùi hăng. Sau đó trải bột ra bàn, dùng cây cán bột cán dày khoảng 0.5 cm (1/4 inch). Cắt bột thành sợi dài khoảng 7 cm (3 inches).

2 **Cách 2:** Trộn bột gạo, dầu ăn và muối trong 1 cái tô với 1.5 chén nước. Quay trong lò vi sóng khoảng 2 phút 30 giây cho đến khi bột hơi chín. Cho bột năng vào và khuấy đều. Trút hỗn hợp bột vào dụng cụ nghiền khoai tây (potato ricer). Ép liên tục và đều tay cho bột chảy xuống một nồi nước sôi. Nếu không có dụng cụ nghiền khoai tây, bạn có thể dùng một cái bao nilon loại dày, cắt 1 lỗ ở góc bao để bóp bột xuống. Khi những sợi bánh nổi lên trên mặt nước sôi, vớt ra tô nước lạnh và để ráo.

Sợi bánh canh có thể làm bằng bột gạo, bột năng, bột mì hay hỗn hợp các loại bột. Bạn có thể điều chỉnh tỉ lệ pha bột theo ý thích: nếu bạn muốn sợi bánh dai thì dùng nhiều bột năng hơn, nếu muốn mềm thì dùng ít bột năng. Cá nhân mình thích làm bột theo cách 2 vì dễ hơn và sợi bánh mềm hơn.

BÁNH CANH CHẢ CÁ

3 Để làm dầu màu điều, bạn đun nóng ½ chén dầu ăn ở lửa vừa và cho hạt màu điều vào. Khi hạt màu điều bắt đầu nổi tăm, tắt bếp và để khoảng 30 giây. Rót dầu ra chén và bỏ hạt đi. Bạn sẽ có chén dầu màu đỏ cam đẹp mắt.

4 Cho xương heo vào nồi, đổ nước ngập và đun sôi khoảng 5 phút, chất bẩn sẽ nổi lên trên mặt nồi. Đổ nước ra, rửa sạch xương bằng nước ấm. Cho xương vào nồi lớn với 3 lít nước, cho 1 củ hành tây, 1 tí muối vào và hầm với lửa vừa trong 1 giờ, thỉnh thoảng vớt bọt. Nêm nếm với bột nêm, đường, muối, nước mắm cho vừa ăn.

5 Để làm bánh canh chả cá, cho sợi bánh tự làm vào nồi nước dùng nấu cho mềm. Sau đó cho chả cá và dầu màu lên. Múc bánh canh ra tô, rắc hành, rau răm lên trên.

> 6 Để làm bánh canh cua, ướp thịt cua, càng cua, tôm với muối, tiêu, nước mắm. Để 15 phút cho ngấm gia vị.

> 7 Cho dầu ăn vào chảo với lửa vừa, phi tỏi băm cho thơm. Cho thịt cua và tôm vào xào chín, trút ra tô. Cho thêm ít dầu vào chảo và xào càng cua cho đến khi chuyển màu đỏ cam.

> 8 Đun sôi nước dùng (hay nước lạnh). Nêm nếm với bột nêm, đường, muối và nước mắm. Có thể cho sợi bánh tự làm vào nồi nấu chung hoặc luộc chín rồi để ráo riêng ra.

> 9 Múc bánh canh ra tô. Trên mặt cho thịt cua, càng cua xào, tôm và dầu màu. Trang trí với hành, rau răm. Nào, bây giờ dùng muỗng thưởng thức tô bánh canh nóng hổi. Lấy một cái bánh quẩy nhúng vào ăn cùng nữa! Ngon quá!

BÁNH CANH CUA

HỦ TIẾU NAM VANG

CHUẨN BỊ
30 phút

NẤU
2 giờ

TỔNG THỜI GIAN
2 giờ 30 phút

MỨC ĐỘ
Trung bình

MÓN
Món sợi

ẨM THỰC
Miền Nam

Mỗi lần vào Sài Gòn, Helen liền gọi ngay 1 tô hủ tiếu cho bữa sáng. Món ăn này có nguồn gốc từ Campuchia và đã trở thành đặc sản của miền Nam. Vào quán, thực khách có thể chọn cho mình từng loại hủ tiếu: hủ tiếu nhân tôm, mực, gan hay các loại lòng heo. Riêng sợi hủ tiếu, mình thích loại trên bao bì có ghi là "hủ tiếu dai" hơn "hủ tiếu bột lọc" vì hủ tiếu bột lọc sau khi luộc dễ bị nát.

NGUYÊN LIỆU
6 phần ăn

Phần nước lèo
1.5 kg xương heo (3.3 lb)
1 con mực khô (bằng bàn tay)
1/2 chén tôm khô
1 củ hành tây lột vỏ
5 khoanh củ cải cắt lát dày 3 cm
1 viên đường phèn to bằng 2 ngón tay cái
5 lít nước

Rau sống
Rau diếp, rau cần, rau tần ô, xà lách, giá ...

Phần nhân
500 g thịt heo băm nhuyễn (1.1 lb)
500 g thịt nạc vai (heo) (1.1 lb)
200 g gan heo (7 oz)
12 con tôm bóc vỏ, chừa đuôi, lấy chỉ lưng
500 g mực ống cắt khoanh tròn (không bắt buộc)
2-3 củ hành tím băm
1/2 chén củ cải muối băm nhỏ (không bắt buộc)
12 cái trứng cút (luộc 4 phút)
1 bó hẹ cắt thành dài 3-inch (7cm) hoặc xắt nhỏ
Tỏi phi
600 g sợi hủ tiếu dai

Xem video hướng dẫn:
http://goo.gl/UuNkMr

1 Xé mực khô (có thể nướng sơ cho thơm), ngâm mực và tôm khô trong nước nóng khoảng 15 phút, để ráo.

2 Đun xương heo khoảng 5 phút cho ra bớt chất bẩn. Đổ ra rửa sạch xương và nồi. Cho lại xương vào nồi, đổ ngập 5 lít nước, thêm 1 củ hành tây, 1 viên đường phèn, 1 muỗng súp muối và củ cải. Tôm, mực khô rửa sạch và cho vào nồi cùng với miếng thịt nạc. Đun sôi, vớt bọt và đun ở lửa vừa khoảng 1-2 tiếng. Không đậy nắp.

3 Thịt băm ướp muối & tiêu. Cho chút nước, đánh đều cho rời.

4 Phi vàng tỏi băm, vớt ra chén, cho thêm chút đường để tỏi giữ được độ giòn lâu hơn. Làm tương tự với hành tím.

5 Xào củ cải muối với dầu ăn, nêm tí muối và đường.

6 Hủ tiếu dai luộc theo hướng dẫn bao bì

7 Luộc gan với chút muối và dấm. Cắt lát mỏng (lúc nào gần ăn hẵn luộc vì gan dễ bị khô). Khi miếng thịt nạc chín (khoảng 40-55 phút) cũng vớt ra khỏi nồi nước lèo, xả nước lạnh và để ráo, cắt lát mỏng vừa ăn.

8 Lần lượt cho thịt băm và tôm vào cái rây và nhúng vào nồi nước lèo trụng chín, cho ra dĩa. Nêm nếm lại nước dùng với muối, đường, bột nêm.

9 Cho hủ tiếu đã luộc ra tô, để lên trên thịt băm, thịt nạc, gan heo, tôm, lá hẹ, trứng cút, tỏi phi, hành lá, củ cải muối. Nếu ăn hủ tiếu nước thì chan nước lèo ngập tô. Nếu thích ăn khô thì ăn với tương đen, chén súp để riêng. Ăn với hẹ, rau cần, xà lách, tần ô, giá v.v.

MẸO Công thức làm tương đen: 3 ms dầu hào + 3 ms xì dầu + 1 ms đường + 3 ms nước. Bắc lên bếp đun nhỏ lửa khoảng 2 phút.

BÚN BÒ NAM BỘ

CHUẨN BỊ
30 phút

NẤU
15 phút

TỔNG THỜI GIAN
45 phút

MỨC ĐỘ
Trung bình

MÓN
Món sợi

ẨM THỰC
Miền Nam

Bún bò Nam Bộ được rất nhiều bạn người nước ngoài của Helen yêu thích vì nó dễ ăn, rất nhiều rau xanh, và hương vị cũng thật hài hòa. Bên cạnh gỏi cuốn hay phở, đây có lẽ là món ăn Việt được các bạn bè quốc tế đánh giá cao. Có một chút lưu ý khi xào thịt bò cho món này, là phải xào ở lửa lớn và nhanh tay, tránh xào quá lâu sẽ làm thịt bò bị dai.

NGUYÊN LIỆU
4-6 phần ăn

500 g thịt bò (1,1 lb) cắt lát mỏng ngang thớ
1 ms dầu hào (không bắt buộc)
1 ms tỏi băm
1 ms sả băm
½ ms muối
½ mcf tiêu
1 mcf bột nêm (hay đường)
3 ms dầu ăn (1 ms để ướp thịt, 2 ms để xào)

500 g bún (1.1 lb)
½ chén cà rốt & củ cải ngâm chua
4 ms hành phi
4 ms đậu phộng rang giã nhuyễn
200 g giá đỗ (7 oz)
1 dưa leo cắt sợi
Rau sống: xà lách, rau thơm, tía tô, ngò… rửa sạch, cắt nhỏ

Xem video hướng dẫn:
http://goo.gl/zv2b9f

1. Ướp thịt bò với dầu hào, tỏi băm, sả băm, tiêu, muối, bột nêm, và 1 muỗng súp dầu ăn. Trộn đều và ướp ít nhất 15 phút.

2. Đun nóng 2 muỗng súp dầu ăn, cho 1/2 tỏi băm còn lại vào phi thơm, cho thịt bò vào xào nhanh tay trên lửa lớn.

3. (Bỏ bước này nếu bạn có bún tươi). Luộc bún theo hướng dẫn trên bao bì.

4. Cho rau và bún vào tô. Để thịt, đồ chua, hành phi, đậu phộng giã lên trên. Chan nước mắm ớt tỏi pha nhạt. Trộn lên và thưởng thức.
Xem trang 90 để biết cách làm nước mắm ớt tỏi pha nhạt.

PHỞ BÒ

CHUẨN BỊ
30 phút

NẤU
2 giờ

TỔNG THỜI GIAN
2 giờ 30 phút

MỨC ĐỘ
Trung bình

MÓN
Món sợi

ẨM THỰC
Việt

Phở là món ăn quốc hồn quốc túy của Việt Nam. Đây là món ăn được mọi người trên thế giới yêu thích bởi hương vị thơm ngon đặc trưng. Cách nấu phở rất cầu kì và cần nhiều kĩ năng, thông thường nước phở được nấu cả đêm mới đạt yêu cầu. Helen xin giới thiệu cách tự nấu phở đơn giản tại nhà để các bạn có thể thưởng thức hương vị phở do chính tay mình nấu nhé! Hi vọng ngon không thua gì ở ngoài hàng.

NGUYÊN LIỆU
8-12 phần ăn

Cho nồi nước dùng
1-3 kg xương ống bò (2-6 lbs)
500 g thịt bò nạm (1.1 lb)
1 củ hành tây
mắm, muối, đường, bột nêm

Gia vị phở
1 củ hành tây bổ dọc làm đôi
2 miếng gừng bằng ngón tay cái
3 hoa hồi
2 thanh quế
2-3 thảo quả
1 mcf đinh hương (không bắt buộc)
1 mcf hạt ngò (không bắt buộc)

Cho tô phở
1 kg phở khô (2.2 lb) hoặc 2 kg phở tươi
100 g hành lá cắt nhỏ
1 củ hành tây thái mỏng và ngâm nước lạnh
300 g thịt bò phi-lê (10.5 oz) xắt lát mỏng

Rau ăn kèm
Húng quế, ngò gai
1 trái chanh cắt miếng
500 g giá trụng (1.1 lb) (không bắt buộc)
Tương đen ăn phở, tương ớt (không bắt buộc)

Xem video hướng dẫn:
http://goo.gl/iFEJna

`1` Cho xương bò vào luộc, đun sôi 5-10 phút cho ra bớt chất bẩn. Đổ ra rửa sạch. Cách này giúp nước dùng trong và đỡ mất công vớt bọt sau này.

`2` Cho xương vào nồi lớn, đổ vào 5-6 lít nước. Nếu dùng lại nồi luộc xương thì phải rửa nồi trước khi cho xương vào lại. Cho vào 1 muỗng súp muối và 1 muỗng súp đường (tốt nhất là đường phèn) cùng 1 củ hành tây lột vỏ và tảng thịt nạm. Hành tây giúp nước dùng trong và thêm ngọt. Hầm lửa vừa, thỉnh thoảng vớt bọt và váng mỡ. Không đậy nắp, nếu không nước dùng sẽ không trong.

`3-A` Để tạo mùi thơm của phở, nướng phần hành tây còn lại, các lát gừng, quế, hồi và thảo quả trên ngọn lửa hoặc bếp lò đến khi cháy cạnh.

`3-B` Bỏ vỏ hành và cạo rửa sạch các phần cháy. Cố gắng giữ phần rễ hành và không để các lớp hành bị rời ra. Cho các gia vị nhỏ vào túi lọc hoặc túi vải. Cho hết các gia vị vào nồi phở.

`4` Hầm 1-2 tiếng ở lửa nhỏ, không đậy nắp, đến khi thịt mềm. Thỉnh thoảng vớt bọt. Khi thịt mềm lấy ra ngâm nước lạnh cho đỡ bị thâm đen. Cắt thịt thành lát mỏng vừa ăn.

`5` Vớt bỏ hành tây trước khi hành bị nát. Tiếp tục hầm nước dùng thêm vài giờ nữa. (Theo truyền thống phở thường được nấu cả đêm). Có thể thêm nước nếu thấy nước cạn. Thịt bò tái thì cắt lát mỏng (hoặc bằm nhuyễn rồi dùng dao ấn thành miếng mỏng theo kiểu Bắc).

`6` Nếu bạn hầm nước dùng hơn 3 giờ thì cho các gia vị phở vào ở giờ cuối để giữ mùi thơm của phở tươi mới hơn. Nêm nếm lại với mắm, muối, đường, bột nêm.

`7-A` (Bỏ qua bước 7A-7B nếu bạn có bánh phở tươi). Bánh phở khô ngâm nước lạnh cho mềm khoảng 30 phút. Trụng 1 nắm phở trong nước sôi từ 10-20 giây rồi trút ra tô.

`7-B` Hoặc luộc hết gói phở 1 lần theo hướng dẫn trên bao bì. Khi phở mềm nhưng còn hơi dai dai thì trút ra xả lại nước lạnh rồi xả lại nước nóng để sợi phở tơi và không dính vào nhau. Có thể dùng nước trụng bánh phở để trụng giá khoảng 30 giây.

> **8** Cho bánh phở trụng vào khoảng 1/3 tô. Để thịt bò nạm, thịt bò tái lên mặt phở. Rắc hành tây cắt mỏng, hành lá lên trên. Múc nước dùng đổ ngập tô.

> **9** Phở ăn nóng với 1 đĩa rau thơm, giá trụng… Có thể vắt thêm tí chanh và thêm tương đen, tương ớt tùy thích.

 MẸO

1. Xương bò là thành phần chủ yếu của nước dùng phở. Bạn càng dùng nhiều xương, nước phở càng ngon.

2. Để có được nồi nước dùng trong, bạn nên lưu ý những điều sau:

    - Luộc sơ xương 10 phút trước khi nấu để loại bỏ các chất bẩn. Chất ngọt của xương sẽ không vì thế mà mất đi.

    - Cho hành tây vào nồi nước dùng.

    - Thường xuyên vớt bọt.

    - Hầm xương với lửa thấp, không đậy nắp.

3. Cho nước mắm vào nước dùng có thể làm nước phở có vị hơi chua, do đó nên để thực khách tự thêm mắm vào bát riêng khi ăn.

PHỞ GÀ

CHUẨN BỊ
10 phút

NẤU
1 giờ 10 phút

TỔNG THỜI GIAN
1 giờ 20 phút

MỨC ĐỘ
Trung bình

MÓN
Món sợi

ẨM THỰC
Việt

Trong món phở bò, người ta dùng nhiều loại gia vị như quế, hồi, thảo quả để tạo mùi thơm át mùi bò. Còn trong phở gà, người ta lại thích dùng những loại củ, rễ như củ hành, gừng, rễ ngò nhằm tạo hương thơm nhẹ nhàng hơn. Phở gà nấu đơn giản hơn phở bò rất nhiều vì không cần ninh xương nhiều giờ. Tuy nhiên hương vị của nó cũng quyến rũ và ngon không kém.

NGUYÊN LIỆU
8-12 phần ăn

Cho nước dùng
1 con gà khoảng 1,2 kg (2,5 lb)
1 cây hành lá
2 lát gừng
4 lít nước (4 quarts)
1 củ hành tây bóc vỏ
2-3 ms muối
2-3 mcf đường phèn
2-3 mcf bột nêm (không bắt buộc)

Gia vị phở
1 củ gừng (gấp đôi ngón tay)
3 củ hành tím
6 rễ rau mùi (hoặc 1 ms hạt rau mùi)
1 thanh quế (không bắt buộc)
2 hoa hồi (không bắt buộc)

Cho bát phở
450 g bánh phở khô (hoặc 1 cân phở tươi)
5 lá chanh thái sợi
1 củ hành tây, thái thật mỏng và ngâm nước lạnh
100 g hành lá (phần xanh thái nhỏ, phần trắng chẻ dọc)

Ăn kèm
Húng quế, ngò gai, rau mùi
500 g giá (1.1 lb)
nước mắm, tỏi ớt, tương hoisin, ớt tỏi ngâm giấm... (tùy ý)

Xem video hướng dẫn:
http://goo.gl/0VsJed

1 Xát muối lên gà để giảm mùi hôi. Rửa sạch rồi cho 1 cọng hành và hai lát gừng vào bụng gà cho thơm.

2 Luộc gà cùng 4 lít nước, 1 muỗng súp muối, 1 muỗng cà phê bột nêm và 1 củ hành tây. (Có thể cho thêm 1 muỗng cà phê đường/đường phèn). Đun sôi, hớt bọt. Giảm lửa khi nước sôi và luộc gà cho đến khi chín. Có thể mất từ 30 - 60 phút tùy theo loại gà bạn dùng.

3 Nướng tất cả các thành phần gia vị phở cho dậy mùi rồi rửa sạch, cạo bỏ phần cháy. (Nếu bạn dùng hạt ngò có thể đảo nhanh tay trên chảo để dậy mùi). Cho vào túi lọc trà hoặc túi vải rồi để vào nồi nước dùng. Nên cho vào khoảng 30 phút trước khi dùng chứ không hẳn từ đầu. Nêm nước dùng với muối, đường, gia vị gà.

4 (Bỏ qua bước này nếu bạn dùng bánh phở tươi). Nấu bánh phở theo chỉ dẫn trên bao bì. Sau đó xả nước lạnh, rồi tiếp tục xả nước nóng. Nó giúp phở không bị khô và vón cục mà thay vào đó trở nên tơi hơn.

5 Khi dùng đũa xiên gà không thấy nước màu hồng chảy ra là gà đã chín. Xả gà bằng nước lạnh cho khỏi bị thâm. Để nguội và cắt miếng vừa ăn hoặc xé sợi. Cho phần xương gà vào lại nồi phở. (Cố gắng không để thịt gà còn bám vào xương để nước dùng khỏi đục).

6 Cho phở vào khoảng 1/3 bát. (Có thể trụng sơ bánh phở cho nóng trước khi ăn). Cho thịt gà, lá chanh xắt sợi, hành lá, hành trụng rồi chan nước dùng. Có thể cho thêm hành, ngò tùy ý.

7 Khi ăn bạn có thể ăn kèm với một vài loại rau sống, giá đỗ, vắt tí chanh. Ngoài ra có thể cho thêm nước mắm, tương đen, tương ớt, tỏi ớt ngâm giấm, ...

BÚN CHẢ HÀ NỘI

CHUẨN BỊ
40 phút

NẤU
60 phút

TỔNG THỜI GIAN
2 giờ 30 phút

MỨC ĐỘ
Trung bình

MÓN
Món sợi

ẨM THỰC
Miền Bắc

Bún chả hơi giống món Bún thịt nướng của miền Trung/Nam nhưng cách ăn và hương vị cũng hơi khác. Đây là món yêu thích nhất của mình khi đến với ẩm thực Hà Thành. Thay vì xếp tất cả mọi nguyên liệu vào 1 tô, bún chả được ăn với tô đựng nước chấm và chả nướng riêng, đĩa đựng bún và rau riêng. Hương vị món này thanh nhẹ, thơm ngon rất hấp dẫn.

NGUYÊN LIỆU
6-8 phần ăn

Cho phần thịt nướng
500 g thịt ba chỉ (1.1 lb) hoặc nạc vai cắt lát mỏng
500 g thịt băm (1.1 lb)
1 ms đường
4 ms hành tím băm
4 ms tỏi băm
2 ms dầu hào (không bắt buộc)
2 ms đường
4 ms nước mắm
4 ms nước hàng (hoặc 2 ms mật ong)
2 mcf bột nêm (không bắt buộc)
1 mcf tiêu

Rau sống: xà lách, rau thơm, tía tô, ngò…
2 kg bún tươi (hoặc 1kg bún khô)

Đồ chua
1 chén su hào / đu đủ xanh xắt lát mỏng thành từng miếng vừa ăn
1 chén cà rốt xắt lát mỏng
2 mcf muối
2 ms dấm (5% acid)
1 ms đường

Phần nước chấm
1/2 chén nước nắm
1/2 chén đường
3 chén nước
1 ms ớt băm

Xem video hướng dẫn:
http://goo.gl/mW4K3t

1▶ Để làm nước hàng, cho ½ chén đường vào 1 cái nồi nhỏ (loại đáy dày) và đun ở lửa vừa cho đường tan chảy và chuyển màu cánh gián. Thỉnh thoảng lắc nhẹ nồi để khỏi cháy. Tắt bếp. Dùng một cái vá có cán dài để nước nóng vào nước hàng, cẩn thận kẻo nước đường nóng bắn ra làm bỏng.

2▶ Ướp thịt nạc với 2 mcf tỏi băm, dầu hào, đường, nước mắm, hành tím băm, 2-3 muỗng canh nước hàng (hoặc mật ong), bột nêm, tiêu. Ướp 30 phút hoặc vài giờ trong tủ lạnh.

3▶ Thịt băm cũng ướp tương tự với gia vị tẩm ướp còn lại. Nặn thành miếng tròn dẹp (đường kính khoảng 5 cm).

4▶ Cho 2 loại thịt lên vỉ nướng than. Nướng chín vàng đều 2 mặt.

5▶ Cách làm đồ chua: Su hào cắt lát mỏng, cà rốt tỉa hoa. Ướp với 2 muỗng súp muối 15 phút cho giòn. Xả lại nước lạnh, vắt ráo. Ướp với đường và dấm. Trộn đều để 1 giờ cho ngấm.

6▶ Nước chấm: cho nước mắm, đường, và nước vào một cái nồi nhỏ, bắc lên bếp với lửa thấp. Đun và khuấy cho tan đường.

7▶ Cách ăn: Múc nước chấm ra chén, cho chả (thịt nướng), tỏi ớt băm, đồ chua vào, rắc tiêu. Khi ăn, gắp một ít bún chấm vào chén nước chấm và ăn với thịt nướng, đồ chua, các loại rau thơm.

MẸO Có thể nướng thịt bằng cách áp chảo nếu không có bếp than. Nếu thịt ít mỡ có thể cho thêm 1 muỗng canh dầu ăn lúc ướp thịt. Nếu nướng áp chảo thì dàn đều một lớp mỏng thịt đã ướp trên chảo và "nướng" ở lửa vừa. Chỉ nên nướng mỗi lần 1 ít, nếu không thịt sẽ thành thịt kho chứ không phải thịt nướng.

BÚN THANG

CHUẨN BỊ
30 phút

NẤU
45 phút

TỔNG THỜI GIAN
1 giờ 45 phút

MỨC ĐỘ
Trung bình

MÓN
Món sợi

ẨM THỰC
Miền Bắc

Bún thang được xem là món ăn tương đối cầu kỳ với nhiều nguyên liệu, nhưng nó chứa đựng vô vàn nét tinh túy của ẩm thực Hà thành. Nó đòi hỏi người chế biến phải tỉ mỉ, cẩn thận và công phu, người ăn phải biết cách thưởng thức, biết cách ăn như thế nào cho ngon, cho đẹp. Món ăn này thường được làm vào ngày mồng 4 Tết Âm Lịch để tận dụng tất cả thức ăn thừa trong bếp sau Tết như chả lụa, thịt gà, nấm…

Không ai biết chính xác nguồn gốc tên gọi của món ăn. Có người cho rằng nó có tên bún thang vì khi trình bày bát bún, bạn phải xếp nhiều nguyên liệu vào bát, giống như người ta bốc 1 thang thuốc Bắc vậy. Cũng có giả thuyết cho rằng từ "thang" có từ âm tiếng Hán chỉ nước súp, cũng như Tang trong tiếng Hàn.

Xem video hướng dẫn:
http://goo.gl/u7dFs4

NGUYÊN LIỆU
4-6 phần ăn

Cho nước dùng
1 con gà khoảng 1,2 kg (2,5 lb)
1 cây hành lá
4 lát gừng
4 lít nước (4 quarts)
1 củ hành tây bóc vỏ
1 ms muối
2-3 mcf bột nêm
4 ms nước mắm

Cho phần nhân
4 cái trứng
300g chả lụa
8-10 nấm hương ngâm nước nóng 15 phút
200 g củ cải muối cắt hạt lựu
3 ms tôm khô ngâm nước nóng 15 phút
100 g hành lá (không bắt buộc)
50 g rau răm
800 g bún
Mắm tôm/ trứng muối/ tinh dầu cà cuống (không bắt buộc)

1. Xát gà với ít muối và xả nước lạnh cho bớt mùi. Nhét vào bụng gà vài lát gừng và 1 cây hành cho thơm.

2-A. Cho gà vào nồi, đổ 4 lít nước. Thêm vài lát gừng, 1 củ hành tây và 1 muỗng súp muối. Đun sôi, vớt bọt thường xuyên.

2-B. Cho tôm khô, nấm hương vào nồi. Khi nước sôi, hạ lửa vừa và nấu gà cho mềm. Có thể nấu từ 30-60 phút tùy loại gà.

3. Đập trứng ra bát, nêm muối, tiêu, mắm. Đánh tan.

4. Tráng chảo với chút dầu ăn. Chảo thật nóng, nhanh tay đổ trứng vào tráng đều, rồi trút lại ra bát, sao cho chỉ 1 lớp trứng mỏng dính đáy chảo. Làm tiếp tục đến khi dùng hết trứng.

5. Nếu mua bún khô thì luộc bún theo chỉ dẫn trên bao bì. Sau đó xả nước lạnh. Sau đó xả lại bằng nước nóng để bún không bị khô và vón cục mà thay vào đó trở nên tơi hơn.

6. Khi dùng đũa xiên gà không thấy nước màu hồng chảy ra là gà đã chín. Xả gà bằng nước lạnh cho khỏi bị thâm. Để nguội, lóc phần ức gà và xé hoặc thái nhỏ. Vớt nấm và tôm khô ra. Nêm nếm lại nước dùng với bột nêm và nước mắm cho vừa miệng.

7. Cuộn các miếng trứng đã rán lại và thái chỉ. Chả lụa, nấm cũng thái chỉ. Hành và rau răm cũng thái nhỏ.

8. Cho bún ra bát. Xếp thịt gà xé, củ cải muối, chả lụa, trứng, nấm, rau răm và hành lá lên trên rồi chan nước dùng vào là xong rồi. Wow! Bát bún đủ màu sắc trông thật bắt mắt!

9. Khi ăn có thể cắt thêm chanh, ớt, bày thêm mắm tôm, tinh dầu cà cuống hoặc trứng muối. Ăn nhanh kẻo nguội nào!

MÓN ĂN CƠM

Bữa ăn truyền thống của người Việt là mâm cơm nóng sốt, cả nhà quây quần bên nhau vừa ăn vừa chuyện trò vui vẻ, đầm ấm. Bữa ăn là dịp các thành viên trong gia đình chia sẻ mọi niềm vui nỗi buồn; ông bà cha mẹ răn dạy con cháu, con cháu kể chuyện học hành, làm ăn…Ngoài những dịp lễ Tết, ngày nghỉ người Việt ăn các món khác cơm như bún, mì, phở, các loại bánh trái… thì hầu như ngày nào họ cũng ăn cơm. Chả thế mà từ "ăn cơm" để chỉ chung cho việc ăn uống trong ngày. Mâm cơm điển hình của người Việt gồm một món mặn từ đạm như thịt, tôm, cá…, một món canh và một món rau (xào, luộc hoặc ăn sống). Thật là khoa học khi chúng ta biết lựa chọn thực phẩm đủ dinh dưỡng cho bữa ăn. Người Việt không chú trọng ăn nhiều đạm động vật, dầu mỡ mà biết kết hợp hài hòa để bữa cơm nào cũng nhẹ nhàng, đủ chất mà không gây béo phì.

Làm sao có thể liệt kê hết hàng ngàn món ăn cơm của người Việt? Chương sách này Helen chỉ giới thiệu một số món quen thuộc cơ bản mà người Việt nào cũng nên biết thôi nhé!

CÁ KHO

 CHUẨN BỊ
10 phút

 NẤU
50 phút

 TỔNG THỜI GIAN
1 giờ 30 phút

 MỨC ĐỘ
Trung bình

 MÓN
Món chính

 ẨM THỰC
Miền Nam

Ở Việt Nam có nhiều cách kho cá: kho khô, kho nước, sốt cà, kho tộ… Tùy theo mỗi vùng miền mà có cách kho khác nhau. Ở đây Helen xin giới thiệu một cách kho cá đơn giản theo kiểu miền Nam. Cá được kho trong tộ để giữ nóng khi dọn trên bàn ăn. Nó kết hợp giữa vị mặn, ngọt, thơm rất ngon. Món này ăn cùng với canh chua thì hao cơm phải biết!

NGUYÊN LIỆU
4 phần ăn

600 g cá basa (4 lát)
2 ms dầu ăn
3 ms đường
1 ms tỏi băm
120 ml nước dừa hay nước nóng
(1/2 chén) (không bắt buộc)

1 ms hành tím băm
4 ms nước mắm
1/2 mcf tiêu
1 ms gừng cắt sợi
1 cây hành lá cắt nhỏ
2 trái ớt đỏ tùy khẩu vị

 Xem video hướng dẫn:
http://goo.gl/Ahnuc6

1 Cá cắt khúc dày 3-4cm, rửa sạch, sắp vào nồi hoặc tộ.

2 Thắng nước màu: Đun nóng chảo trên lửa vừa, cho 2 muỗng súp dầu và 2 muỗng súp đường vào, không khuấy mà chỉ lắc nhẹ chảo, đun đến khi đường nóng chảy, ngả màu cánh gián. Cho 1 muỗng súp tỏi băm và 1 muỗng súp hành tím băm phi vàng thơm. Nhanh tay đổ hỗn hợp này vào nồi cá.

3 Hòa tan 1 muỗng súp nước mắm với 1 muỗng súp đường, cho vào nồi ướp cá. Thêm 1/2 muỗng cà phê tiêu. Ướp cá ít nhất 30 phút (hoặc vài giờ cho thấm).

4 Đặt cá lên bếp, đun sôi vài phút trên lửa lớn, thêm ớt trái và gừng cắt sợi nếu thích, sau đó vặn lửa nhỏ rim 20 phút, không đậy nắp. Thỉnh thoảng lắc nồi cho nước màu và gia vị thấm đều. (Nếu cá ra ít nước quá thì có thể cho thêm 1/2 chén nước dừa hoặc nước nóng)

5 Sau 20 phút, lật cá (nhẹ tay kẻo nát), rim lửa rất nhỏ thêm 20-30 phút nữa đến khi thịt cá săn lại, nước sệt lại và có màu caramel vàng đẹp.

6 Cho hành lá cắt khúc và rắc tiêu lên mặt. Bây giờ có thể dùng với cơm nóng.

THỊT HEO QUAY

CHUẨN BỊ
20 phút

NẤU
60 phút

TỔNG THỜI GIAN
4 giờ 20 phút

MỨC ĐỘ
Trung bình

MÓN
Món chính

ẨM THỰC
Việt

Thịt heo quay là món ăn phổ biến của người Việt trong các bữa cỗ. Món này thường được dùng kèm với bún, bánh ướt, xôi... rất ngon. Nhưng vấn đề ở chỗ làm thế nào để thịt thơm ngon, da lại giòn? Helen xin giới thiệu với mọi người cách làm đơn giản nhưng thành phẩm lại không thua gì thịt bán ở nhà hàng đâu nhé!

NGUYÊN LIỆU
4-6 phần ăn

1 kg thịt ba chỉ rửa sạch và thấm khô

Hỗn hợp #1 cho thịt

1 mcf muối
2 mcf đường
1 mcf ngũ vị hương
½ mcf hạt tiêu
1 ms tương hoisin / tương cà chua (không bắt buộc)

Hỗn hợp #2 cho bì

2 mcf muối
1 mcf dấm trắng

Xem video hướng dẫn:
http://goo.gl/W7k45n

1 Trộn các nguyên liệu ở hỗn hợp #1 và #2 vào hai bát riêng.

2 Khứa các đường dọc theo chiều dài miếng thịt (sâu khoảng 1cm hoặc 1/8 inch). Mỗi đường cách nhau khoảng 2,5 cm (~1 inch).

3 Xoa đều hỗn hợp #1 vào miếng thịt trừ phần bì). Sau đó lật ngược miếng thịt lại để trên đĩa và dùng giấy ăn để lau sạch phần bì. Xoa đều hỗn hợp #2 lên phần bì và để miếng thịt vào tủ lạnh trong vòng 3 tiếng hoặc qua đêm cho ngấm gia vị.

4 Làm nóng lò trước ở 200°C/392°F. Đặt miếng thịt trên giấy bạc, hướng phần bì xuống phía dưới. Nướng trong vòng 20 phút.

5 Sau 20 phút, lấy miếng thịt ra khỏi lò, lật ngược lại (bây giờ thì phần bì sẽ hướng lên trên). Dùng giấy ăn lau khô phần bì (bạn có thể dùng nĩa hoặc tăm chọc phần bì cho nó mau phồng). Xoa hỗn hợp #2 lên bì lợn lần nữa. Nướng thêm 20 phút nữa.

6 Bạn sẽ thấy bong bóng bắt đầu xuất hiện trên bì lợn. Lấy miếng thịt ra khỏi lò, tiếp tục quét hỗn hợp #2 lên bì lần nữa. Nướng lần cuối trong 20 phút. (như vậy tổng thời gian nướng là 1 giờ)

- Nếu bạn muốn quay một miếng thịt lớn, bạn có thể dùng vật nhọn như đầu cây tăm hay xiên tre để xăm các lỗ nhỏ trên bề mặt bì trong bước 5. Như vậy da sẽ dễ thoát khí và phồng nhanh, mau giòn. Tuy nhiên nếu dùng các miếng thịt nhỏ (cỡ 500g) thì không nhất thiết phải xăm da.

- Dấm và muối chủ yếu làm cho da heo khô và giòn. Bạn không cần sử dụng hết hỗn hợp #2 nhưng phải đảm bảo quét đều muối giúp da phồng. Điều này có thể khiến da bị mặn, nhưng bạn chỉ cần cạo bớt muối ở thành phẩm là được.

CƠM TẤM SƯỜN, CHẢ TRỨNG

CHUẨN BỊ
45 phút

NẤU
30 phút

TỔNG THỜI GIAN
3 giờ

MỨC ĐỘ
Trung bình

MÓN
Món chính

ẨM THỰC
Miền Nam

Đây là món đặc sản không thể bỏ qua của ẩm thực Sài Gòn. Người Sài Gòn có thể ăn món này bất kể khi nào: điểm tâm, ăn trưa, ăn tối, ăn khuya… Món cơm thơm ngon nhờ mùi thịt sườn nướng trên bếp than. Nếu không có điều kiện quạt than, bạn cũng có thể nướng thịt bằng lò nướng ở nhà. Vào nhà hàng, mỗi người sẽ được dọn 1 đĩa cơm riêng, trên có đầy đủ nguyên liệu hấp dẫn.

MẸO Nếu không có gạo tấm, vo rồi ngâm gạo thường 1 giờ, sau đó chà xát cho hạt gạo vỡ ra để giả gạo tấm.

Xem video hướng dẫn:
http://goo.gl/ITSK68

NGUYÊN LIỆU
4-6 phần ăn

Sườn nướng
2 lát sườn khoảng 500g/1.1 lb
1 ms sả băm
1 ms tỏi băm
1 ms nước mắm
1 ms xì dầu
1 ms mật ong
2 ms dầu ăn

Các nguyên liệu khác
3 chén gạo tấm (500g)
1 trái cà chua
1 trái dưa leo
1/2 chén đồ chua
1/4 chén mỡ hành

Phần chả trứng
40 g bún tàu ngâm nở và cắt nhỏ
1/2 chén nấm mèo / mộc nhĩ ngâm nở và băm nhỏ
4 cái trứng
200 g thịt băm (7 oz)
3 ms hành tím giã/băm nhuyễn
1 ms mắm
1 ms dầu ăn
1/2 mcf muối
1/2 mcf tiêu

1 Gạo tấm vo sạch. Đổ nước nóng sâm sấp mặt gạo trong nồi cơm điện rồi bấm nút nấu.

2 Ướp 2 lát thịt cốt lết với sả, đầu hành trắng và tỏi băm, xì dầu (nước tương), mắm, mật ong (hoặc đường), dầu ăn. Trộn đều và ướp đều lên 2 mặt miếng thịt. Ướp vài tiếng hoặc để tủ lạnh qua đêm cho thấm.

3 Bật lò nóng 190°C/374°F. Lót giấy nhôm vào khay rồi nướng mỗi mặt 15 phút. Cũng có thể chiên hoặc nướng than. Thời gian nướng gia giảm tùy độ dày miếng thịt.

4 Làm chả trứng: Đập 4 trứng, tách riêng 2 lòng đỏ. Đánh trứng, trộn với nấm mèo và bún tàu, 3 muỗng súp đầu hành băm và thịt xay. (Nếu muốn chả trứng mềm xốp thì phải cho ít thịt thôi). Nêm mắm, muối, tiêu, bột nêm, dầu ăn.

5 Lót khuôn bằng ni-lon bọc thực phẩm, cho hỗn hợp trứng, thịt vào hấp 30 phút. Mở nắp và quét lớp lòng đỏ trứng lên bề mặt. Hấp thêm 5 phút nữa (không đậy nắp). Nếu nướng cách thủy trong lò nướng thì mở hé cửa lò để mặt chả trứng có màu vàng đẹp.

6 Xới cơm tấm ra chén, nén lại và úp ngược ra dĩa. Thêm dưa leo, cà chua, sườn nướng, chả trứng, đồ chua và mỡ hành. Khi ăn rưới nước mắm pha nhạt.

ĐẬU PHỤ SỐT CÀ CHUA

CHUẨN BỊ
30 phút

NẤU
15 phút

TỔNG THỜI GIAN
1 giờ 14

MỨC ĐỘ
Trung bình

MÓN
Món chính

ẨM THỰC
Việt

Món ăn này đơn giản, dễ làm nhưng lại rất ngon, đảm bảo trẻ con cũng có thể làm được. Bạn có thể thay nước mắm bằng xì dầu để làm món chay nhé!

NGUYÊN LIỆU
2 phần ăn

1 miếng đậu hũ (đậu phụ/ đậu khuôn) 400g
2 trái cà chua cắt hạt lựu
1 mcf tỏi băm
1 ms đường

2 ms nước mắm (hoặc xì dầu)
Hành lá, tiêu, ớt để trang trí, tùy thích
Dầu thực vật

Xem video hướng dẫn:
http://goo.gl/X5pQeq

1. Bọc đậu trong khăn giấy và ép ráo bớt nước. Cắt đậu thành miếng cỡ hộp diêm (2 x 1 x 1.5 inch).

2. Chiên đậu vàng 2 mặt. Vớt ra để ráo dầu.

3. Cho 1 muỗng súp dầu ăn vào chảo, phi thơm tỏi. Cho cà chua vào xào 1 phút, nêm đường, nước mắm (hoặc xì dầu), đun 3 phút cho cà chua ra nước.

4. Cho đậu đã chiên vào đảo đều. Hạ lửa nhỏ đun thêm 10 phút cho đậu thấm đều nước sốt cà chua.

5. Cho ra đĩa, rắc hành, tiêu, ớt. Ăn với cơm nóng siêu ngon.

BÒ LÚC LẮC

CHUẨN BỊ
30 phút

NẤU
5 phút

TỔNG THỜI GIAN
65 phút

MỨC ĐỘ
Trung bình

MÓN
Món chính

ẨM THỰC
Việt

Ở Việt Nam, thịt bò là nguyên liệu khá đắt đối với những gia đình khó khăn. Nhớ lúc nhỏ, mỗi lần giúp mẹ đi chợ, Helen chỉ mua 100 g thịt bò (3.5 oz) để nấu canh hoặc xào cho cả gia đình 4 người. Bò lúc lắc là món ăn thường dọn trong những đám lễ tiệc. Ngày nay, món ăn trở thành món nhậu khá phổ biến trong nhà hàng. Tên gọi của nó đúng như cách nấu: lắc nhiều lần trên chảo. Quả là thú vị phải không các bạn?

Xem video hướng dẫn:
http://goo.gl/ZaKlp6

NGUYÊN LIỆU
2 phần ăn

500 g thịt bò phi lê cắt thành khối 2,5 cm (1 inch)
2 ms tỏi băm
2 mcf đường
1 tí muối
2 ms nước tương/xì dầu
2 ms dầu hào

1/2 mcf tiêu
2 ms dầu ăn
1 quả ớt chuông cắt miếng vuông cạnh 2,5 cm (1 inch)
1 quả hành tây đỏ thái thật mỏng
2 ms dấm
Xà lách, cà chua

1 Ướp thịt bò với 1 muỗng súp tỏi băm, 2 muỗng súp dầu hào, 2 muỗng cà phê đường, 2 muỗng súp xì dầu, 1 muỗng súp dầu ăn, chút muối và tiêu. Trộn đều và ướp ít nhất 30 phút, hoặc vài tiếng trong tủ lạnh.

2 Trộn hành đỏ cắt lát mỏng với 1 muỗng súp đường và 2 muỗng súp giấm. Trộn đều và để 30 phút cho ngấm.

3 Đợi chảo thật nóng (để lửa lớn, thấy bốc khói), cho vào 1 muỗng súp dầu ăn. Cho tỏi vào phi thơm, rồi cho thịt vào. Dùng vá để đảo thịt nhanh tay cho thịt chín bên ngoài, tái bên trong, tay kia thì lắc chảo liên tục. Nếu thích chín cả bên trong thì đảo lâu hơn. Thời gian xào tùy vào độ nóng của chảo, thao tác và chất lượng thịt, nhưng thường không quá 5 phút, tránh thịt bò chín quá sẽ bị dai.

4 Cho ra đĩa đã sắp sẵn xà lách/cải xoong, cà chua.

Rắc hạt tiêu đen và trang trí với hành tây đỏ ngâm. Ăn kèm cơm hoặc khoai tây chiên, chấm muối tiêu.

THỊT KHO TÀU

CHUẨN BỊ
15 phút

NẤU
2 giờ 5 phút

TỔNG THỜI GIAN
2 giờ 50 phút

MỨC ĐỘ
Trung bình

MÓN
Món chính

ẨM THỰC
Miền Nam

Món thịt kho tàu ăn với cơm nóng hoặc xôi đều rất ngon. Ngày Tết người miền Nam thường làm món này để tủ lạnh, khi nào muốn ăn thì lấy ra hâm lại. Thịt phải kho thật mềm, dễ dùng đũa xắn nhưng không nát, nước thịt trong, có màu cánh gián. Đói bụng mà có đĩa thịt kho tàu ăn với cơm nóng hoặc bánh chưng, dưa chua thì còn gì bằng!

Xem video hướng dẫn:
http://goo.gl/3JnU5O

NGUYÊN LIỆU
8-12 phần ăn

1 kg thịt heo (2.2 lb) (thịt ba chỉ, mông hoặc chân giò) cắt thành khối vuông 4cm (1.5 inch)
1 ms tỏi băm nhỏ
1 ms hành tím băm nhỏ
1 mcf bột nêm (không bắt buộc)
5 quả trứng luộc
1/2 mcf muối
1/2 mcf tiêu
2 ms đường
1 ms dầu ăn
1/2 chén nước mắm (120 ml)
600 ml nước dừa tươi (2.5 chén)
600 ml nước (2.5 chén)

1 Ướp thịt với 1 muỗng súp tỏi băm, 1 muỗng súp hành tím (hoặc đầu hành trắng) băm, 1 muỗng cà phê bột nêm, 1/2 muỗng cà phê muối và 1/2 muỗng cà phê tiêu trong 30 phút.

2 Để nồi nóng ở lửa vừa, cho vào 1 muỗng súp dầu ăn, rắc đều 2 muỗng súp đường lên đáy nồi. Chờ 1 lúc đường nóng chảy và chuyển màu cánh gián. Cho thịt vào đảo nhanh tay khoảng 3 phút đến khi thịt săn, không còn màu hồng bên ngoài.

3 Cho nước dừa và nước lọc vào ngập sâm sấp mặt thịt. Cho trứng đã luộc và bóc vỏ vào. Nêm nước mắm vừa ăn. (Tùy độ ngọt của nước dừa, bạn không cần thêm đường nữa). Vớt bọt và nấu không đậy nắp ở lửa nhỏ trong 2 tiếng đến khi thịt mềm và nước rút lại còn một nửa.

4 Cho ra dĩa, rắc tiêu. Ăn với cơm nóng, dưa cải hoặc dưa giá. Món này ăn với xôi hay bánh chưng cũng cực ngon.

SƯỜN RAM MẶN

Món ăn này rất phổ biến trong bất cứ gia đình Việt nào. Thành phẩm yêu cầu sườn mềm, có vị mặn, béo, hơi ngọt, màu sắc vàng ươm bóng bẩy bắt mắt, thơm thoảng mùi nước dừa và tiêu.

CHUẨN BỊ
15 phút

NẤU
55 phút

TỔNG THỜI GIAN
1 giờ 25 phút

MỨC ĐỘ
Trung bình

MÓN
Món chính

ẨM THỰC
Việt

Xem video hướng dẫn:
http://goo.gl/50ALSN

NGUYÊN LIỆU
2-4 phần ăn

500 g sườn non (1.1 lb) chặt miếng dài 4cm (1.5 inch)

1 mcf tỏi băm nhỏ

1 mcf hành tím (hoặc đầu hành trắng) băm nhỏ

1/2 mcf muối

1/2 mcf tiêu

1 mcf bột nêm

1 ms dầu ăn

1 ms đường

½ chén nước (nước dừa càng tốt)

1 ms nước mắm

1 Rửa sạch sườn và ngâm nước muối loãng 15 phút hoặc đun sôi 2-3 phút cho bớt mùi hôi của xương. Để ráo và ướp với 1 muỗng cà phê đầu hành trắng băm, 1 muỗng cà phê tỏi băm, 1 muỗng cà phê đường, 1/2 muỗng cà phê bột nêm, 1/2 muỗng cà phê tiêu, 1/2 muỗng cà phê muối. Trộn đều ướp 15 phút.

2 Để nồi nóng ở lửa vừa, cho vào 1 muỗng súp dầu ăn, rắc đều 1 muỗng súp đường lên đáy nồi, chờ 1 lúc đường nóng chảy và chuyển màu cánh gián. Cho sườn vào đảo nhanh tay cho thịt săn lại, không còn màu hồng bên ngoài.

3 Cho thêm 1/2 chén nước dừa (hoặc nước lọc). Đun sôi, nêm nước mắm / đường vừa ăn. Đậy nắp nấu ở lửa vừa 20-25 phút cho sườn mềm.

4 Sau đó mở nắp rim ở lửa nhỏ 20-25 phút đến khi nước thịt sệt lại.

5 Cho ra đĩa, rắc tiêu và hành lá. Ăn với cơm nóng.

TÔM THỊT RIM

CHUẨN BỊ
20 phút

NẤU
20 phút

TỔNG THỜI GIAN
55 phút

MỨC ĐỘ
Dễ

MÓN
Món chính

ẨM THỰC
Việt

Món này quen thuộc với mọi bữa ăn của người Việt . Nó có vị mặn mà thơm ngon dễ đưa cơm. Ngoài ra, tôm thịt rim còn dùng làm nhân bánh bột lọc, bánh ít… Helen thường làm mỗi lần thật nhiều để tủ lạnh ăn cả tuần.

Xem video hướng dẫn:
http://goo.gl/a3LsNg

NGUYÊN LIỆU
6-8 phần ăn

300 g thịt ba chỉ cắt lát mỏng
800 g tôm thẻ (28.2 oz) tỉa đầu & chân
1 đầu hành trắng đập dập băm nhuyễn
Muối, tiêu, bột nêm
1 ms dầu ăn
1 ms hành tím /tỏi băm
3 ms đường
3 ms nước mắm
1 ms dầu hào / dầu màu điều

1. Ướp thịt với chút muối, tiêu, bột nêm và đầu hành băm. Ướp tôm chút muối & tiêu.

2. Phi thơm hành tỏi băm, cho thịt vào xào săn lại.

3. Cho tôm vào xào tiếp (bật lửa lớn, để tôm lên màu đỏ đẹp).

4. Cho vào 2-3 muỗng súp đường, đảo đều 2 phút. Cho mắm vào sau cùng để món rim có mùi vị thơm ngon. Rim tôm thịt ở lửa vừa khoảng 15 phút đến khi khô lại. Để tôm có màu sáng đẹp, có thể cho thêm ít dầu hào hoặc dầu điều.

5. Cho ra dĩa, thêm tiêu (và hành lá nếu thích). Ăn với cơm nóng rất ngon.

GÀ XÀO SẢ ỚT

CHUẨN BỊ
15 phút

NẤU
15 phút

TỔNG THỜI GIAN
1 giờ 30 phút

MỨC ĐỘ
Dễ

MÓN
Món chính

ẨM THỰC
Việt

Đây là món gà ưa thích của mình. Món này có thể ăn với cơm hay nhắm với bia đều ngon. Bạn có thể gia giảm lượng ớt tùy sở thích ăn cay của mình và có thể chặt gà nguyên xương với da hay lọc thịt gà phi lê đều được.

TRANG TRÍ THÊM ỚT, NGÒ CHO ĐẸP. ĂN VỚI CƠM NÓNG RẤT TUYỆT!

Xem video hướng dẫn:
http://goo.gl/QqDagu

NGUYÊN LIỆU
4 phần ăn

500 g gà chặt miếng vừa ăn
2 ms sả băm nhỏ
2 ms tỏi băm nhỏ
3 ms nước mắm
1½ ms đường
1-2 mcf ớt đỏ thái hạt lựu
½ mcf muối tùy chọn
1 củ hành tây cắt múi cam
1 ms dầu ăn
Ớt bột

1. Ướp gà với ½ sả băm, tỏi băm, mắm, đường, tiêu, ớt khoảng 1 giờ hoặc ướp qua đêm trong tủ lạnh.

2. Chảo nóng cho dầu vào, cho phần sả và tỏi băm còn lại vào phi thơm. Cho gà đã ướp vào xào cho săn lại (lửa lớn).

3. Đậy nắp rim gà ở lửa vừa 5-10 phút cho chín mềm.

4. Mở nắp xào thêm vài phút cho nước sốt hơi sệt lại.

5. Cho hành tây vào xào thêm 1-2 phút rồi cho ra đĩa.

CÁNH GÀ CHIÊN MẮM

CHUẨN BỊ
25 phút

NẤU
20 phút

TỔNG THỜI GIAN
45 phút

MỨC ĐỘ
Trung bình

MÓN
Món chính

ẨM THỰC
Việt Nam

Helen có một cô bạn không thích ăn da gà. Nhưng có một lần bạn ấy được ăn món cánh gà chiên mắm do mình làm, thế là bạn ấy ngấu nghiến hết cả cái cánh gà. Thật là tuyệt khi có thể khiến người khác yêu thích món ăn mà trước đó họ không thích. Có nhiều cách làm món này nhưng mình thích cách thứ nhất hơn vì nếu rim cánh gà trong nước mắm, căn bếp của mình sẽ ám toàn mùi mắm mấy ngày liền. Vào bếp cùng Helen nhé!

Xem video hướng dẫn:
http://goo.gl/ebOj3Q

NGUYÊN LIỆU
3-4 phần ăn

10 cánh gà
2 ms bột năng/bột bắp
3 trái ớt
1 tép tỏi lớn
3 ms đường
3 ms nước mắm
3 ms nước
1 ms nước cốt chanh/chanh tươi
Dầu ăn để chiên
Dưa leo, cà chua, ngò để trang trí

1 Cánh gà cắt làm đôi ở chỗ khớp xương. Rửa sạch, để ráo, thấm khô bằng giấy ăn. Rắc đều ít muối tiêu 2 mặt cho thấm và để 5 phút.

2 Giã nhuyễn tỏi ớt. Hòa tan mắm, đường, nước, nước cốt chanh. Cho tỏi ớt giã vào là được 1 chén mắm ngon.

3 Cho 2 muỗng súp bột bắp hoặc bột năng vào bao ni-lon lớn. Cho hết cánh gà vào, xóc đều.

4 Cho dầu ăn vào đủ lấp đáy chảo. Giũ nhẹ cho bớt bột rồi cho cánh gà vào chảo lúc dầu còn chưa nóng. Bật bếp, khi nhiệt độ tăng dần, cánh gà sẽ chín đều từ trong ra ngoài. Thỉnh thoảng dùng muỗng (nhớ lau khô kẻo dầu bắn) rưới dầu lên mặt cánh gà. Chiên ở lửa vừa khoảng 10 phút, đến khi thấy cạnh hơi vàng thì lật lại. Chiên tiếp mặt kia 10 phút nữa cho đến khi vàng ươm.

5 *Cách 1:* Vớt ra, nhúng liền vào chén mắm. Lúc cánh gà còn nóng sẽ hút thấm nước mắm rất tốt. *Cách 2:* Vớt hết ra, đổ dầu đi, cho cánh gà lại vào chảo và rưới nước mắm đã pha vào rim ở lửa nhỏ 3-5 phút (cách này thấm hơn nhưng mùi mắm sẽ ám đầy nhà).

6 Cho ra đĩa, trang trí với dưa leo, cà chua, ngò. Cánh gà giòn bên ngoài, mềm bên trong, vị mặn ngọt rất vừa ăn. Dùng với cơm nóng hay nhắm với bia đều trên cả tuyệt vời!

GÀ KHO GỪNG

 CHUẨN BỊ
10 phút

 NẤU
43

 TỔNG THỜI GIAN
1 giờ 15 phút

 MỨC ĐỘ
Dễ

 MÓN
Món chính

 ẨM THỰC
Việt Nam

Trời lạnh mà có đĩa gà kho gừng ăn với cơm nóng thì tuyệt biết mấy! Món này dễ làm lắm nha các bạn. Thịt gà mềm, béo, thơm thơm mùi gừng làm ấm bụng những ngày đông. Xắn tay áo lên và vào bếp nào!

NGUYÊN LIỆU
4-6 phần ăn

1 kg gà chặt miếng to bản
1 miếng gừng (bằng 2 ngón tay cái) gọt vỏ cắt sợi
1 ms tỏi băm
1 ms hành tím băm
1 mcf muối
2 - 3 ms đường
1 mcf bột nêm
3 ms nước mắm
1/2 mcf tiêu
1 ms dầu ăn
1.5 chén nước lọc (hoặc nước dừa)

 Xem video hướng dẫn:
http://goo.gl/nVA9cN

1 Ướp gà với tỏi, hành tím băm, muối, đường, tiêu, bột nêm, nước mắm, tiêu và gừng cắt sợi. Trộn đều, đậy lại, ướp 30 phút hoặc qua đêm trong tủ lạnh.

2 Để chảo/ nồi nóng ở lửa vừa, cho vào 1 muỗng súp dầu ăn và rắc lên 2 muỗng súp đường. Chờ cho đường tan chảy, chuyển sang màu cánh gián, cho gà vào xào săn lại.

3 Cho nước/ nước dừa vào, đun sôi, vớt bọt rồi kho ở lửa vừa không đậy nắp 30 phút hoặc đến khi nước rút lại còn một phần ba.

MÚC GÀ RA ĐĨA, TRANG TRÍ VÀI CỌNG NGÒ, RẮC ÍT TIÊU. ĂN VỚI CƠM NÓNG.

GÀ RÔ-TI

CHUẨN BỊ
10 phút

NẤU
40 phút

TỔNG THỜI GIAN
1 giờ 20 phút

MỨC ĐỘ
Dễ

MÓN
Món chính

ẨM THỰC
Việt Nam

Ở Việt Nam gà rô ti thường được chiên trên chảo dầu. Mình lại thích nướng trong lò vì cách này thuận tiện hơn và làm món ăn ít dầu mỡ. Món này nhìn rất hấp dẫn nhưng lại cực kì dễ làm và ngon miệng nữa.

NGUYÊN LIỆU
2 phần ăn

2 đùi gà 500 g (17.6 oz)
2 cây hành lá, phần đầu trắng băm nhỏ, phần lá xắt nhuyễn
1 mcf bột ngũ vị hương
1 ms đường
3 ms nước tương (xì dầu)
1 mcf tỏi băm nhỏ

1 ms đường
1/2 mcf muối
1/2 mcf tiêu
1 mcf mật ong
1 mcf giấm
1 ms dầu ăn
Xà lách, dưa leo, cà chua

Xem video hướng dẫn:
http://goo.gl/QCvhUd

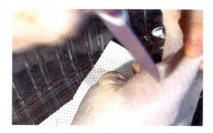

1. Dùng dao nhọn hoặc cái nĩa xăm đùi gà để dễ thấm gia vị.

2. Hòa tan các gia vị trong túi ni-lon và cho gà vào, buộc chặt miệng túi, lắc đều cho gia vị bọc đều lên gà. Ướp 1 tiếng hoặc qua đêm trong tủ lạnh.

3. Cho gà vào khay lót giấy nhôm, để vào lò nướng đã bật nóng sẵn ở 180°C / 375°F. Để phần đùi trong hướng lên trên, nướng 20 phút.

4. Cho chút muối và đường vào phần hành xanh cùng 1 muỗng cà phê dầu ăn. Trộn đều và cho vào lò vi sóng quay 20 giây.

5. Pha mật ong với dấm. Sau khi nướng 20 phút, lật gà lại và quét hỗn hợp dấm + mật ong đều lên bề mặt da gà. Nướng (mặt nhiều da hướng lên trên) thêm 20 phút nữa là xong. Có thể quét hỗn hợp thêm 1 lần nữa trước 10 phút cuối.

6. Ăn với cơm nóng, dưa leo, cà chua, chấm xì dầu hoặc nước nướng gà.

RAU MUỐNG XÀO TỎI

CHUẨN BỊ
15 phút

NẤU
15 phút

TỔNG THỜI GIAN
30 phút

MỨC ĐỘ
Dễ

MÓN
Món rau

ẨM THỰC
Việt Nam

Rau muống là loại rau thân thương nhất đối với người Việt. Có thể chế biến rau thành nhiều món ngon như: luộc, nấu canh, làm gỏi, xào... Nước rau luộc dầm với sấu hoặc chanh để làm món canh mát, ngọt giải nhiệt cho mùa hè. Ngoài ra rau muống còn có công dụng chữa nhiều bệnh như: kiết lị, tiểu đường, táo bón, trĩ... Helen xin giới thiệu với các bạn món rau muống xào tỏi dễ làm nhưng ăn rất ngon.

NGUYÊN LIỆU
4 phần ăn

1 bó rau muống nhặt sạch, bỏ phần chân, bẻ thành cọng dài 3 lóng tay, rửa sạch

1 mcf muối

1 ms dầu ăn

5 tép tỏi đập dập

1 ms dầu hào

1 ms nước mắm

1 mcf bột nêm/ bột ngọt

Xem video hướng dẫn:
http://goo.gl/c93uZz

1. Đun nước sôi già, cho vào 1 mcf muối. Trụng sơ rau muống khoảng 1-2 phút. Vớt ra ngâm/ xả nước lạnh để giữ được màu xanh.

2. Đun nóng dầu trong chảo. Cho tỏi vào phi thơm. Cho rau muống vào xào, nêm gia vị vừa ăn. Xào đến khi cọng rau mềm giòn là được. Cho dầu hào vào đảo đều để rau được bóng đẹp và thơm. Món này ăn với cơm vào mùa hè.

CANH CHUA CÁ

CHUẨN BỊ
15 phút

NẤU
20 phút

TỔNG THỜI GIAN
35 phút

MỨC ĐỘ
Trung bình

MÓN
Canh

ẨM THỰC
Miền Nam

Canh chua cá nấu theo kiểu miền Nam, hương vị rất đậm đà. Món canh có vị chua của me và dứa nhưng có vị hơi ngọt, rất mát cho bữa cơm mùa hè.

Xem video hướng dẫn:
http://goo.gl/HLimR5

NGUYÊN LIỆU
4 phần ăn

500 g cá bông lau (4 miếng) (17.6 oz)
1 chút xíu muối, tiêu, ớt bột, hạt nêm
2 ms dầu ăn
2 ms tỏi băm
1 cà chua cắt hạt lựu
7 chén nước
2 ms me dầm (không hạt)
4 ms đường
4 ms nước mắm

1/4 trái thơm (dứa)
1-2 cà chua trái lớn cắt múi cam
6 trái đậu bắp xắt lát xéo
1 nhánh bạc hà xắt lát xéo
50 g giá đỗ (1.76 oz)
1 bó nhỏ ngò om cắt nhỏ
1-2 nhánh ngò gai và hành lá cắt nhỏ
1 trái ớt sừng xắt mỏng

1 Ướp cá với chút muối, tiêu, bột nêm, ớt bột (hoặc ớt tươi băm nhỏ). Xát gia vị lên thịt cá. Ớt bột giúp cá bớt mùi tanh.

2 Phi vàng 2 muỗng súp tỏi băm và trút ra chén. Nếu thích có thể băm ít cà chua và xào sơ cho nước canh đậm đà và có màu đẹp. Cho vào nồi 6 chén (1,5 lít) nước rồi đun sôi.

3 Cho 2 muỗng súp me chua ra riêng trong 1 cái nồi nhỏ, đun với 1 chén nước khoảng 2 phút. Dùng vá dầm cho me tan ra. Trút me vào nồi nước canh xuyên qua cái rây. Lọc kĩ và bỏ phần xác me trong rây.

4 Nêm đường, nước mắm vào nồi súp. Cho cá đã ướp vào đun 5-7 phút. Khi cá chín thì vớt ra để cá khỏi nát. Cho cà chua, thơm, đậu bắp và bạc hà vào đun 1-2 phút rồi cho giá vào. Nêm nếm lại gia vị vừa ăn.

5 Khi gần ăn cho cá lại vào nồi cho nóng, cho rau ngò vào. Múc ra tô, cho tỏi phi lên mặt. Thêm vài lát ớt. Ăn với cơm nóng và cá kho tộ là chuẩn ;)

CANH KHOAI MÔN

CHUẨN BỊ
15 phút

NẤU
20 phút

TỔNG THỜI GIAN
50 phút

MỨC ĐỘ
Trung bình

MÓN
Canh

ẨM THỰC
Việt Nam

Canh khoai môn là món khoái khẩu của mình lúc nhỏ. Vị khoai bùi bùi, dẻo dẻo tan trong miệng thật là thích. Món canh này nấu với thịt bò, thịt gà hoặc sườn heo đều ngon. Tuy nhiên bạn nên cẩn thận dùng găng tay để gọt rửa khoai môn vì nó có thể gây ngứa hoặc dị ứng nhé! Nhưng khi nấu chín rồi thì ăn vô tư, bảo đảm không ngon không lấy tiền ^^.

NGUYÊN LIỆU
2-4 phần ăn

400 g sườn non chặt miếng 4 cm (1,5 inch)
1 mcf tỏi băm
2 cây hành lá phần trắng băm nhuyễn, phần xanh cắt nhỏ
½ mcf muối
½ mcf tiêu
½ mcf bột nêm (không bắt buộc)
1 ms dầu ăn
400 g khoai môn gọt vỏ cắt miếng 4cm (1.5 inch)
1.5 lít nước (6 chén)

Xem video hướng dẫn:
http://goo.gl/Gy07ir

1. Ngâm xương sườn trong nước muối loãng khoảng 15 phút cho bớt mùi. Rửa sạch và để ráo. Ướp với tỏi băm, hành băm (phần trắng), 1/2 muỗng cà phê muối, 1/2 muỗng cà phê tiêu, 1/2 muỗng cà phê bột nêm. Trộn đều và để 15 phút.

2. Đun nóng chảo trên lửa lớn, cho 1 muỗng súp dầu ăn, sau đó cho xương sườn vào xào săn.

3. Đổ nước vào nồi đun sôi, vớt bọt. Cho khoai môn vào nấu với lửa vừa đến khi mềm. Nêm nếm lại với muối, mắm, bột nêm. Cho ra bát, rắc hành ngò.

MÚC RA BÁT, RẮC THÊM HÀNH NGÒ.

BÁNH VIỆT

Chưa thấy món nào trên thế giới mà phong phú về hình thức, giàu có về nội dung, và đa dạng về mục đích sử dụng như món "BÁNH" của người Việt. Bánh có thể hình tròn, hình vuông, hình chóp, hình thoi... Bánh có thể ngọt, cũng có thể mặn. Có loại bánh để dùng trong dịp lễ tết, cưới hỏi, giỗ chạp như bánh chưng, bánh tét, bánh phu thê, bánh ít, bánh tro, bánh dày… Có loại bánh được dùng như món điểm tâm như bánh cuốn, bánh giò, bánh bèo, bánh bao, bánh mì… Và cũng có loại lại được sử dụng như món ăn chơi như bánh bò, bánh tiêu, bánh cam, bánh tôm, bánh xèo, bánh vạc… Ngoài ra, để tráng miệng, người ta lại dùng bánh da lợn, bánh chuối, bánh trôi…

Nguyên liệu làm bánh rất đa dạng. Người ta có thể dùng bột mì, bột gạo, bột năng, bột bắp, bột sắn… để làm vỏ bánh. Nhân bánh thì lại càng phong phú: tôm, thịt, cá, nấm, dừa, đậu xanh, mè, đậu phộng… Cách làm bánh cũng có nhiều kiểu: nướng, hấp, chiên, luộc… Tên bánh nhiều khi tùy thuộc vào nguyên liệu (bánh đậu xanh, bánh bột lọc…), hình dáng (bánh quai vạc, bánh tằm…), cách chế biến (bánh cuốn, bánh tráng…), tính chất (bánh dẻo, bánh cay…)

Bánh Việt thật là thú vị phải không các bạn?

BÁNH MẶN

Savoury Bánh

Rất nhiều loại bánh mặn (như bánh xèo, bánh tôm, bánh bột lọc trần v.v.) được dùng với nước mắm pha nhạt. Đây là cách pha mắm:

Cho 2 muỗng đường, 2 muỗng mắm, và 10 muỗng nước lọc vào chén rồi khuấy tan. Nước chấm này pha theo tỉ lệ 1:1:5, nghĩa là cứ 1 phần mắm thì cho 1 phần đường và 5 phần nước. Thêm ít cốt chanh cho vừa ăn. Sau đó mới cho tỏi ớt băm nhỏ vào cuối cùng để tỏi ớt nổi lên trên, trông thật ngon mắt.

Nếu thích có thể cho thêm ít cà rốt, đu đủ xanh hoặc su hào bào sợi hoặc cắt lát mỏng

Xem video hướng dẫn:
http://goo.gl/BSzZCH

BÁNH BỘT LỌC TRẦN

Helen đã thất bại rất nhiều lần trước khi tìm ra cách làm món bánh này thành công. Thường nếu mình đổ nước sôi trực tiếp vào thau bột sẽ làm bột bánh rất dai và khó nhồi. Cách đổ nước sôi vào một chén bột nhỏ trước (một dạng của lấy trùng bột) rồi mới đổ vào thau bột lớn giúp bột dễ nhồi hơn rất nhiều. Lượng nước cũng phải đong chính xác, vì nếu thiếu một chút, lúc sau bột bị khô sẽ rất khó cứu. Các bạn hãy đọc kĩ hướng dẫn trước khi làm nhé! Ăn bánh này vào buổi xế chiều sau giấc ngủ trưa là tuyệt nhất. Nhìn đĩa bánh trong veo hiện rõ những con tôm đỏ không ai có thể cầm lòng được.

CHUẨN BỊ
45 phút

NẤU
15 phút

TỔNG THỜI GIAN
60 phút

MỨC ĐỘ
Khó

MÓN
Ăn chơi

ẨM THỰC
Miền Trung

NGUYÊN LIỆU
4 phần ăn

Phần bột
400 g bột năng
250 ml nước sôi (1 chén)

Phần mỡ hành
2 chén hành lá cắt nhỏ
1 chén dầu ăn
Ngò và ớt cắt nhỏ để trang trí

Phần nhân
200 g tôm lấy chỉ lưng và cắt làm 2
200 g thịt ba chỉ (7 oz) cắt hạt lựu.
1 mcf hành tím băm nhuyễn
1 mcf tỏi băm nhuyễn
Muối và tiêu
1 mcf bột ớt
2 mcf dầu thực vật
1 ms đường
1 ms nước mắm

1 Chuẩn bị nhân: ướp tôm với muối, tiêu, và tỏi băm nhuyễn.

2 Ướp muối, tiêu, bột ớt, và hành tím băm nhuyễn cho phần thịt ba chỉ.

Xem video hướng dẫn:
http://goo.gl/lGO1uz

3 Làm nóng chảo, phi thơm hành tỏi đã băm nhuyễn với hai muỗng dầu ăn. Cho phần thịt ba chỉ đã ướp vào xào, đảo đều tay khoảng 1 phút. Thêm đường và rim 3 phút nữa. Lưu ý không đậy nắp. Sau đó cho tôm vào rim chung. Nêm nếm lại bằng nước mắm và rim ở lửa nhỏ khoảng 10- 15 phút đến khi tôm thịt keo lại.

4 Làm mỡ hành: Đun nóng dầu ăn trong chảo, cho hành lá đã cắt nhỏ vào, đảo nhanh và nhắc xuống liền tay. Cách khác, bạn có thể trộn chung hành lá và dầu ăn trong 1 cái tô, và đun nóng hỗn hợp ở lò vi sóng trong khoảng 15-20 giây.

5 Chuẩn bị vỏ bánh: Cho khoảng 1/3 gói bột (150 g/~5 oz) vào 1 cái chén, 2/3 bột còn lại (250 g/~9 oz) cho vào 1 cái thau (dùng để trộn bột). Đổ từ từ 250ml nước sôi vào chén bột, để một lúc thấy nước sôi làm mặt bột trong tô chín (hơi trong). Khuấy đều cho đến khi được một hỗn hợp bột nửa sống nửa chín. Để nguội 1-2 phút rồi đổ ra nhồi chung với bột trong thau cho đến khi bột mịn và không dính tay. Để khối bột sau khi nhào vào túi nilon để tránh bột bị khô.

6 Ngắt 1 miếng bột, chia thành nhiều viên nhỏ khoảng 2-3cm (1-inch). Dùng ngón cái tay phải ấn nhẹ vào giữa viên bột làm trục, sau đó dùng ngón trỏ và ngón cái tay phải ấn xung quanh mí, vừa ấn vừa xoay quanh trục đó. Đến lúc miếng bột dẹp tròn đều ra (đường kính khoảng 6- 7cm) thì cho vào 1 miếng tôm, 1 miếng thịt, gập lại và ấn 2 mí lại với nhau cho khít. Lưu ý không ấn phần có tôm thịt vì rất dễ bị thủng lớp bột, đến lúc luộc, thịt tôm rơi hết ra ngoài.

7 Đổ nước vào nồi (ít nhất mức nước cao chừng 15 cm) và đun sôi. Cho bánh từ từ vào nồi nước đã đun sôi, luộc khoảng 10 phút, hoặc đến khi bánh nổi lên và chỉ cần phần viền của bột hơi trong ra là được. Luộc khoảng 2-3 mẻ để tránh bánh dính lại với nhau. Vớt bánh ra, cho vào một thau nước đá lạnh, bánh sẽ tự chuyển sang trong suốt. Đổ ra rổ, xóc với mỡ hành cho bánh khỏi dính.

8 Gắp bánh ra đĩa, trang trí ngò, vài lát ớt đỏ. Chấm với nước mắm ngọt và thưởng thức thôi!

CÁC CÂU HỎI THƯỜNG GẶP:

1. Tại sao bánh không trong?

Có thể do bạn chia bột không đủ nhỏ và cán không đủ mỏng. Việc làm bánh cỡ nhỏ tuy mất thời gian nhưng nó giúp bánh khi làm xong sẽ trong suốt. Miếng bánh to dày sẽ rất dai và đục, không nhìn thấy được phần nhân bên trong.

2. Có thể cất bánh ở ngăn đá tủ lạnh không?

Được. Sau khi nặn bánh, bạn có thể để bánh cách khoảng ra lên khay và để vào ngăn đá cho cứng. Sau khi đông lạnh bánh sẽ không dính vào nhau nữa, lúc đó, bạn cho vào túi nilon, nhường không gian tủ đá cho những thứ khác.

3. Tại sao bột mình làm hơi cứng, không mềm dẻo?

Đôi khi bạn đo lường chưa đúng. Bột cứng do thiếu nước. Cần thêm nước và theo đúng hướng dẫn, đo lường chính xác nhé!

BÁNH BÈO

 CHUẨN BỊ
30 phút

 NẤU
60 phút

 TỔNG THỜI GIAN
2 giờ 30 phút

 MỨC ĐỘ
Trung bình

 MÓN
Bánh Việt

 ẨM THỰC
Miền Trung

Bánh bèo là món ăn bình dân ưa thích của người dân các tỉnh miền Trung. Món này làm từ bột gạo và bột năng, nhân tôm chấy (kiểu Huế) hoặc nhân tôm thịt (kiểu Quảng). Món ngon tuy rẻ tiền nhưng đầy sức hút này thường được ăn vào buổi sáng hoặc xế chiều, như một món ăn chơi rất dân dã.

NGUYÊN LIỆU
4-6 phần ăn

Cho phần bánh
400 g bột gạo (14 oz)
100 g bột năng (3.5 oz)
1 lít nước (4 chén ăn cơm)
1 mcf muối
1 mcf dầu ăn

Cho phần nước chấm
Vỏ tôm, nước mắm, đường
Ớt xanh và đỏ

Cho phần nhân kiểu Huế
300 g tôm lột vỏ bỏ chỉ lưng
Muối, tiêu, bột nêm

Cho phần nhân tôm thịt
100 g thịt ba chỉ (3.5 oz) thái hạt lựu
200 g tôm (7 oz) thái hạt lựu
Gạch tôm
4-5 ms bột bánh bèo

 Xem video hướng dẫn:
http://goo.gl/pe6gBS

1 Cách làm đơn giản từ bánh phồng tôm: Nếu có thời gian thì ngâm bánh trong nước ấm trước để khi luộc bánh nở to hơn. Thả từng cái bánh phồng tôm vào nồi nước sôi cho bánh khỏi dính, thêm chút dầu ăn và luộc 15 phút. Sau đó đổ ra và xả lại với nước lạnh và sắp hết ra đĩa liền, nếu không bánh sẽ dính lại rất khó gỡ. Luộc 1 gói bánh phồng tôm 200gr là đủ cho 2-3 người ăn no.

2 Cách làm truyền thống: hòa 400g bột gạo, 100g bột năng và 1 lít nước (hoặc 4 chén bột gạo + 1 chén bột năng + 7 chén rưỡi nước). Quậy đều lên và ngâm 1 tiếng (giúp giảm mùi nồng của bột gạo). Sau đó cho vào 1 muỗng cà phê muối và 1 muỗng dầu ăn. Sắp chén bánh bèo vào nồi hấp và hấp 2 phút cho chén nóng rồi mới đổ bột vào. Dùng khăn dày bọc nắp nồi lại để tránh nước nhỏ vào bánh. Hấp bánh 4-5 phút rồi vớt ra. Mỗi cái bánh đều phải có 1 lỗ trũng ở giữa mới đẹp. Thỉnh thoảng phải quậy bột lên cho đều trước khi hấp. Tiếp tục hấp đến khi hết bột.

3 Làm nhân tôm chấy kiểu Huế: Ướp tôm với chút tiêu, muối và bột nêm khoảng 15 phút. Đậy lại cho lên hấp 5 phút hoặc quay trong lò vi sóng 2-3 phút. Sau đó giã tôm ra và cho lên chảo đảo đều (chấy) 1-2 phút cho thịt tôm rời ra và khô lại.

4 Làm nhân ướt kiểu Quảng: Cho thịt ba chỉ cắt hạt lựu vào chảo để vài phút cho ra mỡ, rồi cho tôm băm và gạch tôm vào xào. Pha loãng 4-5 muỗng súp bột bánh bèo với 4-5 muỗng súp nước và đổ từ từ vào nồi nhân, vừa đổ vừa quấy đều đến khi nhân sệt lại. Nếu không có gạch tôm thì có thể cho bột màu điều để có màu đỏ cam.

5 Làm nước chấm: Nước chấm bánh bèo thường rất loãng và ngọt nên không vắt chanh. Cho vỏ tôm vào nồi nhỏ cùng 1 chén nước nấu sôi chừng 5 phút. Gạn lấy nước và bỏ vỏ tôm đi. Mắm pha theo tỉ lệ 1 muỗng súp mắm, 1 muỗng súp đường, 5 muỗng súp nước vỏ tôm luộc. Dùng muỗng xắn ớt tỏi ra cho vào chén mắm.

6 Gỡ bánh ra khỏi chén và sắp ra đĩa, thoa mỡ hành. Cho nhân lên từng cái bánh. Rắc đậu phộng, hành phi, tép mỡ lên trên. Chan nước mắm và măm măm. Có thể cho nhân và ăn luôn trong chén bánh bèo mới hấp.

BÁNH CUỐN

CHUẨN BỊ
45 phút

NẤU
60 phút

TỔNG THỜI GIAN
2 giờ 45 phút

MỨC ĐỘ
Trung bình

MÓN
Bánh Việt

ẨM THỰC
Việt Nam

Làm bánh cuốn theo kiểu truyền thống là cả 1 nghệ thuật. Người ta dùng một miếng vải lớn căng trên nồi nước sôi rồi tráng bánh trên đó. Bánh được tráng rất mỏng và khéo léo. Đây là món điểm tâm quen thuộc với người dân cả 3 miền nhưng mỗi miền lại có cách biến tấu riêng về nhân bánh. Đặc biệt người miền Bắc thường ăn bánh cuốn với nước mắm cà cuống cay cay thơm thơm. Cách làm hiện đại và thuận tiện nhất là dùng chảo không dính để tráng bánh, cũng cho ra kết quả ngon không kém gì kiểu truyền thống.

BÁNH CUỐN TIÊN HƯNG, ĐÀ NẴNG

NGUYÊN LIỆU
4 phần ăn

Phần nhân
300 g thịt băm (10.5 oz)
1/2 củ hành tây cắt hạt lựu
30 g nấm mèo (mộc nhĩ)
1/2 mcf muối
1/2 mcf tiêu

Vỏ bánh cuốn
400 g bột bánh cuốn (14 oz)
(hay 200g bột gạo+ 200g bột năng)
1 lít nước
1 ms dầu ăn
1 mcf muối

Hành phi
200 g hành tím khô (hoặc hành tây) cắt lát dày 1cm
1/2 ms bột năng
Dầu ăn

Phần trang trí (tùy chọn)
500g giá trụng
1 trái dưa leo cắt sợi
Rau sống: xà lách, rau thơm, rau quế…
500g chả lụa
100g thịt chà bông (ruốc)
Nước chấm

Xem video hướng dẫn:
http://goo.gl/c2kzW0

▶ **1-A** Làm hành phi: Hành tím cắt lát để làm hành phi. Dùng giấy ăn thấm khô hành tím, trộn với chút bột năng. Cho dầu vào chảo khoảng 2-3 cm (1 inch), đun dầu sôi ở 180°C/350°F. Để thử nhiệt độ dầu, có thể dùng nhiệt kế hay cắm 1 chiếc đũa tre vào chảo, khi thấy xung quanh đũa nổi bong bóng nhỏ là đủ nóng. Cho hành vào chiên ở lửa vừa đến khi vàng.

▶ **1-B** Đổ dầu và hành phi ra một cái rây, hứng dầu vào chén để dùng tiếp. Trải hành phi ra và để nguội trên giấy ăn để thấm bớt dầu. Khi nguội hành phi sẽ giòn.

▶ **2** Làm nhân: Ướp thịt băm với muối và tiêu chừng 15 phút. Ngâm nấm mèo (mộc nhĩ) 15 phút trong nước nóng. Rửa sạch, cắt bỏ rễ nấm, cắt hạt lựu.

▶ **3** Đun nóng 2 muỗng súp dầu ăn thơm lừng đã phi khi nãy, cho hành tây cắt hạt lựu vào phi vàng, sau đó cho thịt băm vào xào ở lửa vừa. Dùng đũa đánh cho thịt tơi ra, khi thịt chín cho nấm mèo vào xào 30 giây rồi tắt bếp. Rắc nhiều tiêu lên mặt.

▶ **4** Làm bánh cuốn: Pha 1 gói bột bánh cuốn 400g với muối, dầu ăn và 1 lít nước (vì mình sẽ đổ bằng chảo không dính nên cần nhiều nước hơn hướng dẫn trên bao bì). Ngâm bột ít nhất một giờ hoặc qua đêm để bột nở.

▶ **5-A** Chuẩn bị sẵn 1 cái khay hoặc đĩa rộng, tráng 1 ít dầu lên mặt. Cho 1 ít dầu lên chảo không dính, đun nóng ở lửa vừa. Khi chảo nóng, cho khoảng ¼ chén bột vào chảo và nghiêng cho bột chảy đều. Sau đó đậy nắp lại 1 phút.

▶ **5-B** Khi bột hơi trong lại thì nhanh tay úp bánh qua khay. Quậy bột và đổ tiếp cái tiếp theo. Trong khi chờ cái sau chín thì cho nhân vào cái trước và cuốn lại.

▶ **6** Cắt bánh cuốn thành từng miếng vừa ăn. Rắc hành phi lên trên. Tùy vùng miền, bánh cuốn được dùng với giá trụng, dưa leo cắt sợi, rau sống, chả lụa, ruốc thịt… Ăn nóng với nước chấm và đồ chua.

(Xem cách pha nước chấm ở trang 90)

BÁNH XÈO

CHUẨN BỊ
30 phút

NẤU
60 phút

TỔNG THỜI GIAN
2 giờ

MỨC ĐỘ
Trung bình

MÓN
Bánh Việt

ẨM THỰC
Việt Nam

Trời mùa đông mưa lạnh khiến người ta thèm món gì nóng nóng giòn giòn và bánh xèo là lựa chọn hoàn hảo. Loại bánh này có vẻ dễ làm nhưng khó làm được bánh thật giòn. Mỗi hàng bánh có 1 bí quyết riêng và sau đây là vài bí quyết mình học được sau khi làm bánh xèo rất nhiều lần:

- *Dùng chảo đáy dày, chảo gang càng tốt.*
- *Đổ bánh với nhiều dầu (2-3 ms cho mỗi cái).*
- *Hạn chế dùng nước cốt dừa trong bánh, thay bằng bia hoặc soda.*
- *Chiên bánh 2 lần: lần 1 chỉ đổ cốt bánh. Khi đổ hết bột thì quay lại chiên bánh lần 2 và thêm giá.*
- *Xay ít cơm nguội cho vào bột làm bánh.*

NGUYÊN LIỆU
4 phần ăn

400 g bột gạo (14 oz)
2 mcf bột nghệ
1 mcf muối
500 ml nước (2 ¼ chén)
250 ml bia (hoặc nước cốt dừa)

3 cây hành lá cắt nhỏ
500 g tôm nhỏ cắt đầu, chân
300 g thịt ba chỉ xắt lát mỏng
Dầu ăn để chiên bánh
500 g giá (17.6 oz)

Rau sống, cải, rau thơm, chuối chát, khế.
Bánh tráng cuốn (không bắt buộc)

Nước chấm
(Xem cách pha nước chấm ở trang 90)

Xem video hướng dẫn:
http://goo.gl/549Wvj

1 Pha bột gạo với bột nghệ, muối, nước. Cho bia (hay nước cốt dừa) và hành lá vào quậy đều và để bột nghỉ 30 phút.

2 Ướp tôm thịt với muối & tiêu.

3-A Đun nóng chảo bằng lửa vừa, cho 1 muỗng súp dầu vào. Dầu nóng cho 2 con tôm và ít thịt vào chiên sơ 2 mặt, rồi đổ vào 1 vá bột, nghiêng chảo cho bột chảy đều quanh chảo.

3-B Đậy nắp chiên 1 phút. Cho giá vào, đậy nắp thêm 1 phút nữa. Sau cùng gập bánh lại chiên thêm 1 phút (có thể đậy nắp hoặc không) rồi lấy ra đĩa. Lần lượt chiên cho đến khi hết bột. Nếu có 2-3 cái chảo làm cùng lần sẽ nhanh hơn.

4 Khi ăn cuốn bánh trong lá cải, lá xà lách hoặc bánh tráng kèm với rau sống, dưa leo, đu đủ chua, chuối chát, khế... và chấm với nước mắm chua ngọt.

BÁNH XÈO BÀ DƯỠNG - ĐÀ NẴNG

BÁNH XÈO HẢI SẢN - NHA TRANG

BÁNH TIÊU

CHUẨN BỊ
30 phút

NẤU
30 phút

TỔNG THỜI GIAN
2 giờ 30 phút

MỨC ĐỘ
Khó

MÓN
Bánh Việt

ẨM THỰC
Việt Nam

Bánh tiêu là món ăn vặt hấp dẫn khi đói bụng. Điều thú vị là ruột bánh rỗng như cái túi nên mọi người có thể nhét thêm món gì tùy thích vào đó. Có nhiều em nhỏ nhét kem cây vào ăn, có người lại nhét bánh bò vào. Bánh dai dai béo béo ăn hoài không ngán. Helen thích dùng bánh với 1 ly sữa đậu nành mỗi khi học khuya.

NGUYÊN LIỆU
12 cái

400 g bột mỳ đa dụng (14 oz / 2 ¾ cup)
210 ml nước hơi ấm tay (= 7.1 Fl. Oz)
1 mcf men nổi màu nâu (~5 g)
70 g đường (1/3 chén ăn cơm)
1 mcf muối

1 mcf bột nở
1 ms dầu ăn
3 ms hạt mè (vừng)
Dầu ăn để chiên

Xem video hướng dẫn:
http://goo.gl/hSgFZk

1. Hòa 1 muỗng súp đường, 1 mcf men nổi màu nâu với 210ml nước ấm (khoảng 40°C/110°F). Quậy đều và để khoảng 5 phút cho men nở.

2. Trộn bột mì với đường, muối, bột nở trong một tô to. Tạo 1 cái lỗ ở giữa tô bột rồi hòa nước men ở trên vào hỗn hợp bột. Thêm 1 muỗng súp dầu ăn.

3. Dùng thìa gỗ để nhào hỗn hợp thành bột dai mềm (khoảng 15-20 phút bằng tay, hoặc nếu dùng máy nhồi 5-10 phút tốc độ thấp nhất).

4. Lấy cục bột vo tròn, cho lại vào thau trộn. Bọc phủ nylon lại, để nơi ấm (khoảng 37°C/ 99°F) (ví dụ để trong lò nướng nhưng chỉ bật đèn), ủ 1 giờ. Sau khi ủ, bột sẽ nở to gấp đôi, khi kéo bột ra thấy có nhiều rễ tre.

5. Rắc chút bột (~10g) ra mặt bàn, nhồi bột khoảng 1 phút cho khí trong bột thoát ra. Sau đó, chia bột thành 8 hoặc 16 (tùy muốn ăn bánh to hay nhỏ). Vo tròn từng viên bột và lăn qua mè (vừng). Đậy lại bằng một chiếc khăn hơi ẩm. Để bột nghỉ thêm 10 phút.

6. Dùng cán, cán bột thành những miếng tròn dày 0,5 cm (1/4 inch). Phủ khăn lại để bột nghỉ tiếp tục khoảng 10 phút.

7. Đổ dầu ngập cỡ 2 lóng tay. Đun nóng, cắm cây đũa vào chảo, khi thấy sủi bọt quanh cây đũa (dầu nóng 180°C/350°F) thì hạ xuống lửa vừa (medium). Thả miếng bột đã cán vào chảo dầu sôi. Sau vài giây bánh nổi lên thì lật liên tục, bánh sẽ phồng đẹp. Khi hơi vàng thì gắp ra để ráo dầu.

CÂU HỎI THƯỜNG GẶP: Tại sao bánh tiêu không phồng?

Trả lời: Làm bánh tiêu cần chút kinh nghiệm với việc nhào bột. Bạn nên lưu ý các điểm sau:

- Hòa men nâu với nước ấm khoảng 32-38°C/ 90-100°F. Nếu dùng nước lạnh, men sẽ không nở được, còn nếu dùng nước quá nóng, men sẽ chết.

- Để bột nghỉ 3 lần ở nơi ấm khoảng 37°C/99°F: Lần 1 nghỉ 1 giờ sau khi nhồi, lần 2 nghỉ 10 phút sau khi chia bột và nhúng mè, lần 3 nghỉ 10 phút trước khi chiên.

- Cần nhiều dầu, dầu phải ngập 5 cm trở lên.

- Dầu đủ nóng, khoảng 180°C/350°F.

BÁNH QUẨY

CHUẨN BỊ
20 phút

NẤU
20 phút

TỔNG THỜI GIAN
5 giờ 40 phút

MỨC ĐỘ
Khó

MÓN
Bánh Việt

ẨM THỰC
Ảnh hưởng Trung Hoa

Bánh quẩy là loại bánh "nhìn tưởng dễ" nhưng lại rất khó làm thành công. Nguyên liệu nghe rất đơn giản, nhưng có lẽ phải tập nhiều lần mới ra được quẩy giòn phồng rỗng ruột. Bánh này ăn giòn, béo, thường được dùng kèm với bánh canh, phở v.v.

NGUYÊN LIỆU
20 cái

500 g bột mì đa dụng (17.6 oz) 10-11% Protein
10 g muối nở baking soda (2 mcf)
5 g bột nở (1 mcf)
300 ml nước (1 ¼ chén) ở nhiệt độ phòng
1 mcf muối
1 ms đường
Dầu ăn để chiên

Cho bột nở và muối nở baking soda riêng ra trong 2 cái chén. Múc 3 muỗng súp nước từ lượng nước đã đong vào từng chén. Hòa tan.

Xem video hướng dẫn:
http://goo.gl/20iz9Q

1 Lấy 1 cái tô lớn trộn bột mì đa dụng với muối và đường. Khoét lỗ ở giữa và đổ hỗn hợp trong 2 cái chén và phần nước còn lại vào. Trộn đều cho bột thấm nước rồi nhồi sơ 1-2 phút đến khi thành cục bột thô sần sùi. Lưu ý không nhồi quá kĩ, chỉ nhồi 1-2 phút thôi, nếu không bánh sẽ nở kém. Lấy nilon hoặc khăn ẩm phủ lại và để bột nghỉ 20 phút (lần 1).

2 Sau đó nhồi bột 1-2 phút. Mặt bột hơi mịn hơn, nhưng chưa mịn hẳn. Phủ lại cho bột nghỉ 20 phút (lần 2).

3 Lặp lại quy trình: nhồi bột 1-2 phút. Mặt bột sẽ trở nên rất mịn. Phủ lại cho bột nghỉ 20 phút (lần 3).

4 Lấy bột ra nhồi sơ lại rồi cán dẹp thành miếng dày khoảng 1cm (1/2 inch). Dùng khăn ẩm che mặt bột, để bột nghỉ 3-4 tiếng (lần 4). Thời gian cho bột nghỉ rất quan trọng, không nên thu ngắn cũng không nên để quá lâu, bánh sẽ nở kém.

5 Sau 4 lần nghỉ, cán dẹp bột thành miếng dày 0.5cm (1/4 inch). Cắt bột thành dải rộng cỡ 8-10 cm (3-4 inch). Cắt dải bột thành miếng chữ nhật chiều ngang khoảng 2 cm (1 inch).

6 Nhúng xiên tre vào nước, ép lên giữa miếng bột. Để miếng thứ hai lên, dùng xiên tre ép nhẹ ở giữa theo chiều dọc.

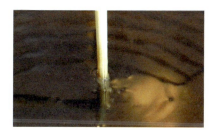

7 Đun nóng dầu ăn, dầu phải ngập ít nhất 4-5 cm (2 inch). Khi nào để cây đũa đứng giữa chảo mà dầu sủi bọt liên tục quanh cây đũa là được (nhiệt độ dầu 180°C/360°F). Chiên ở lửa vừa.

8 Kéo nhẹ hai đầu bột cho dài ra gấp đôi rồi thả vào chảo dầu. Lật liên tục giúp quẩy nở phồng. Nếu 2 thanh bột dính chặt quá thì dùng đũa tách ra cho quẩy nở đều. Bánh vàng giòn thì vớt ra để lên đĩa có lót giấy thấm dầu. Quẩy nóng mới ra lò đây!

MẸO
- Bánh quẩy muốn "chuẩn" như ở Việt Nam thì phải dùng bột khai. Với 500 g bột mì thì cho 5 g bột khai và 5 g muối nở baking soda (không cho bột nở). Cách làm cũng tương tự. Quẩy làm với bột khai sẽ giòn hơn, nhưng nhiều khi ủ bánh và chiên không kỹ sẽ bị khai.
- Với 500 g bột hàm lượng protein 10-11% thì đong 300 ml nước. Nếu tỉ lệ protein trong bột mì thấp hơn 10% thì cần ít nước hơn. Lượng nước dao động khoảng 250-300 ml.

BÁNH MÌ

 CHUẨN BỊ
60 phút

 NẤU
25 phút

 TỔNG THỜI GIAN
3 giờ 50 phút

 MỨC ĐỘ
Khó

 MÓN
Bánh Việt

 ẨM THỰC
Ảnh hưởng Pháp

Bánh mì được du nhập vào Việt Nam từ thời Pháp thuộc và đến nay đã trở thành thức ăn không thể thiếu đối với người dân Việt. Bánh mì được ăn mọi lúc, mọi nơi, mọi cách và đã được Việt hóa. Bánh mì rất rẻ, nhìn thì thấy có vẻ đơn giản, dễ làm nhưng thật ra cách làm rất công phu. Helen đã thử làm nhiều lần nhưng thất bại và sau vô số phiên bản giống-như-bánh-mì thì mới rút ra được công thức này, xin chia sẻ cùng mọi người nhé!

NGUYÊN LIỆU
3 cái

1.5 mcf men nâu
180 ml nước ấm ở nhiệt độ 40-46°C/105-115°F

250 g bột mì (2 chén)
1 mcf muối
1 ms đường (không bắt buộc)

1. Hòa tan 1,5 mcf men nâu với nước ấm. Có thể cho đường vào để dễ làm men nổi. Cho ½ phần bột vào quậy đều tạo thành một hỗn hợp bột đặc. Đậy lại để nơi ấm 2-3 giờ đến khi thấy bọt bong bóng xuất hiện khắp bề mặt tô bột.

2. Cho phần bột còn lại và muối vào quậy đều bằng đũa hoặc muỗng gỗ. Cho bột ra bàn có rải sẵn bột áo. Nhào bằng phương pháp gấp bột. Sau đó nhào và dùng cổ tay đẩy/kéo giãn cục bột ra. Không nên kéo quá mạnh, tránh làm rách bột. Nếu mỏi tay thì nhào bột luân phiên, chuyền qua lại giữa 2 tay.

3. Sau khi nhồi 10 phút, bề mặt bột mềm mịn, gập bột túm lại thành trái banh tròn. Cho bột vào lại tô trộn. Dùng khăn đậy lại và để vào nơi ấm (35-37°C/ 95-98°F) 1 tiếng. Ở xứ lạnh có thể ủ bột trong lò nướng (chỉ bật đèn) và để khay nước nóng bên dưới. Sau khi ủ, bột nở gấp đôi.

 Xem video hướng dẫn:
http://goo.gl/umF9SD

4 Lấy ra chia bột làm 3 phần bằng nhau (mỗi phần khoảng 30g). (Lưu ý không đấm xẹp khí bên trong cục bột). Bề mặt phần bột sẽ khô hơn bên trong, nên mình lật mặt trong ra ngoài, túm lại thành trái banh nhỏ (xem video để thấy rõ thao tác này hơn.). Đậy lại để bột nghỉ 10 phút.

5 Lấy ra 1 phần bột, túm 1 đầu và đập xuống mặt bàn 3 lần. Dùng cổ tay ấn dẹp miếng bột ra dài cỡ 20x10cm (8x4 inch), cuộn dọc lại và ấn mí vào. Để bột dưới 2 bàn tay và lăn, ấn nhiều lực ở ngón út hơn ngón cái, sẽ tạo được hình bánh mì đầu thon bụng bự.

6 Đặt bột lên giấy nến, đậy lại để 1 tiếng cho bột nở to lên rồi mới rạch và nướng.

7 Bật lò 230°C/450°F làm nóng cả khay nướng ít nhất 15 phút trước khi nướng. Để thêm 1 khay nước sôi ở đáy lò.

8 Dùng dao rạch giấy hoặc lưỡi lam, nghiêng 45°, rạch nhanh và dứt khoát 1 đường dọc bánh mì. Nướng ngay sau khi rạch.

9 Khay nướng đã làm nóng, nhấc giấy nến cho bánh lên khay. Xịt nước lên bánh và 2 bên thành lò.

10 Nướng ở nhiệt độ 230°C/ 450°F trong 20-25 phút. Sau 8 phút xịt nước thêm 1 lần nữa. Trở đầu khay hoặc giấy nến để bánh chín đều.

11 Nếu mặt trên vàng mà mặt dưới bánh chưa vàng, lấy khay nước ra và hạ khay bánh xuống 1 nấc và tắt lò. Để thêm vài phút bánh sẽ vàng. Wow! Bánh mì mới ra lò vàng ruộm, vỏ bánh giòn tan đây!

BÁNH MÌ THỊT

CHUẨN BỊ
40 phút

NẤU
40 phút

TỔNG THỜI GIAN
4 giờ 24 phút

MỨC ĐỘ
Khó

MÓN
Bánh Việt

ẨM THỰC
Việt Nam

Ở Việt Nam bất cứ ngã tư đường phố nào cũng có thể thấy xe bán bánh mì. Người Việt thích ăn nhiều loại nhân bánh khác nhau: từ thịt nguội cho đến cá hộp, từ thịt heo quay cho đến bánh bột lọc…thứ nào làm nhân bánh cũng rất ngon. Ở đây mình giới thiệu cách làm bánh mì thịt, nguyên liệu hơi rườm rà tí nhưng thành phẩm thì không chê vào đâu được.

NGUYÊN LIỆU
6-8 ổ

Phần đồ chua
1 chén cà rốt cắt sợi
1 chén củ cải cắt sợi
2 mcf muối
2 ms đường
2 ms giấm

Phần thịt đỏ
500 g thịt ba chỉ
50 g bột xá xíu (vd hiệu Lobo)
1/2 chén nước

Phần sốt maysonaise
2 cái trứng
200 ml dầu ăn
Muối tiêu
Vài giọt nước chanh

Các nguyên liệu khác
6-8 ổ bánh mì
1 trái dưa chuột cắt thành thanh 7 cm /3 inch
300 g Patê gan
300 g chả lụa cắt lát mỏng
Hành và rau mùi rửa sạch và xắt nhỏ
Ớt xắt lát mỏng

Xem video hướng dẫn:
http://goo.gl/ddHMAL

1️⃣ **Làm đồ chua:** Cà rốt và củ cải cắt sợi dày, bóp muối để 15 phút cho giòn. Sau đó xả lại với nước lạnh và vắt ráo. Ướp với dấm và đường, để ít nhất 1 giờ. Dưa chua này có thể cất trong tủ lạnh cả tuần.

2️⃣ **Làm thịt đỏ (thịt nguội):** Hòa 50g bột xá xíu với 1/2 chén nước (120ml). Cho 500g thịt vào ướp vài tiếng hoặc qua đêm, thỉnh thoảng trở mặt thịt cho thấm. Ướp trong ziplock bag sẽ tiện hơn.

3-A Cuộn tròn miếng thịt trong lớp nilon bọc thức ăn rồi xoắn 2 đầu dư lại. Bọc thêm 1 lớp ở ngoài cho khỏi bung. (Nếu làm nhiều thịt hơn thì có thể dùng dây bó thịt lại thành cuộn). Cho vô nồi hấp chín (45-60 phút tùy độ lớn miếng thịt).

3-B Lấy thịt ra để nguội và cho vào tủ lạnh qua đêm. Sau đó tháo lớp nilon ra và cắt mỏng, thịt sẽ có hình tròn đẹp. Phần nước ướp còn lại đem đun sôi, rim 2-3 phút ở lửa nhỏ rồi nêm nếm lại với mắm & đường để làm nước sốt chan bánh mì.

4️⃣ Để làm sốt maysonaise, đập trứng tách riêng lòng đỏ. Vừa đánh trứng vừa rót dầu ăn từ từ từng giọt vào. Đánh đến khi rót hết lượng dầu ăn trong công thức sẽ được hỗn hợp sốt vàng óng và đặc như bơ. Rắc ít muối tiêu cho thơm. Khi sốt đặc, cho vào vài giọt nước chanh.

5️⃣ Xẻ ổ bánh mì, trét paté (có thể cho paté vào lò vi sóng quay 1 phút cho mềm). Cho thịt, chả, dưa leo, dưa chua, hành ngò, ớt… vào kẹp, rưới thêm nước thịt đỏ hoặc xì dầu. Thế là bạn đã có 1 ổ bánh mì thịt ngon đúng điệu!

BÁNH TÔM

CHUẨN BỊ
30 phút

NẤU
30 phút

TỔNG THỜI GIAN
2 giờ 30 phút

MỨC ĐỘ
Trung bình

MÓN
Ăn chơi

ẨM THỰC
Miền Bắc

Hà Nội nổi tiếng với món bánh tôm Hồ Tây. Món này ăn giòn, béo, thơm với đủ chất dinh dưỡng. Công thức này Helen giới thiệu cách làm bánh tôm có biến tấu chút ít, mong mọi người đón nhận!

NGUYÊN LIỆU
4-6 phần ăn

Cho phần bột
1 chén bột gạo
2 chén bột mì đa dụng
3 chén nước
1/2 mcf muối
1/2 mcf đường
1/2 mcf bột nghệ
1 mcf bột nở (hoặc 2 quả trứng gà)

Nguyên liệu khác
500 g tôm cỡ vừa (1.1lb)
Muối, tiêu, bột nêm
1 mcf tỏi băm
500 g khoai lang (1.1lb)
Dầu ăn
Rau sống: salad, bạc hà, dưa chuột
Cà rốt, su hào/đu đủ xanh ngâm chua
Nước mắm pha nhạt

Xem video hướng dẫn:
http://goo.gl/dHUaGd

1. Trộn đều tất cả các nguyên liệu cho phần vỏ bánh cho đến khi hỗn hợp mịn. Cho bột nghỉ 30 phút.

2. Cắt bỏ râu, chân và đuôi tôm. Ướp với muối, tiêu, hạt nêm và tỏi băm.

3. Gọt vỏ khoai lang và thái sợi. Cho vào nước muối nhạt ngâm trong 10 phút. Sau đó để ráo nước và cho vào hỗn hợp bột.

4. Đun nóng dầu ăn trong chảo nhỏ sâu lòng đến khoảng 175°C (350°F). Cho khuôn bánh tôm, hoặc cái vá khô vào trong chảo dầu để làm nóng. Cho bột bánh vào trong khuôn. Tiếp theo cho 1-2 con tôm lên trên phần vỏ bánh. Cho khuôn bánh vào dầu. Đợi khoảng 1 phút cho bánh cứng lại, tôm và khoai sẽ dính với nhau. Sau đó dùng đũa hoặc thìa để đẩy bánh ra khỏi khuôn, rán trong vòng 4-5 phút cho đến khi vàng. Gắp bánh ra khỏi chảo và để lên giấy ăn thấm bớt dầu.

5. Cắt bánh theo miếng vừa ăn. Cuốn bánh với xà lách, dưa leo và các loại rau thơm, đồ chua. Chấm vào chén nước chấm và măm thôi.

 Mình đặc biệt thích dùng tôm nguyên vỏ vì tôm lột vỏ sẽ dễ cháy và khô. Nên dùng tôm cỡ nhỏ vỏ mềm sẽ dễ ăn hơn.

BÁNH GIÒ

CHUẨN BỊ
40 phút

NẤU
40 phút

TỔNG THỜI GIAN
2 giờ 40 phút

MỨC ĐỘ
Khó

MÓN
Ăn chơi

ẨM THỰC
Miền Bắc

Ở miền Bắc, người ta thích ăn sáng bằng bánh giò. Đây là một loại bánh gần giống bánh gói ở miền Trung, được làm bằng bột gạo nhân thịt băm, nấm mèo và gói bằng lá chuối. Bánh có hình chóp nhọn, thơm mùi lá chuối và bên ngoài phần bột có màu xanh nhạt của lá. Nếu không có lá chuối, bạn có thể gói bằng giấy nhôm nhưng bánh sẽ không thơm bằng. Bánh có thể cất trong tủ lạnh ăn cả tuần rất tiện.

NGUYÊN LIỆU
14 cái (6-8 phần ăn)

Phần nhân
50 g nấm mèo (mộc nhĩ) cắt nhỏ
500 g thịt lợn (hoặc thịt gà) băm nhỏ
1 ms hành băm nhỏ
1 củ hành tây thái hạt lựu
1 ms dầu ăn
1 mcf nước mắm

Phần bột
1 chén bột gạo
2 chén bột năng/bột bắp
6 chén nước xương (để nguội)
1 mcf muối (để nêm)

14 miếng lá chuối 25x25 cm (10x10 inch)

Xem video hướng dẫn:
http://goo.gl/aCN3T8

1. Làm nhân bánh: Nấm mèo (mộc nhĩ) ngâm nước nóng 15 phút cho nở, cắt bỏ rễ, cắt hạt lựu. Có thể cho vô máy xay sơ cho nhanh. Ướp thịt băm với hành tím băm, muối, đường, tiêu, bột nêm. Cho dầu vào xào hành tây cho thơm. Cho thịt băm vào xào (lửa lớn), đánh cho thịt tơi ra. Nêm lại với chút mắm, đường. Thịt chín cho nấm mèo vào xào thêm 1-2 phút nữa rồi nhấc xuống rắc thêm tiêu.

2. Chuẩn bị lá chuối: Lá chuối mình dùng loại đông lạnh cho rẻ và tiện. Xé thành miếng vuông cạnh 20-25cm (cần khoảng 12-14 miếng). Nhúng từng miếng lá chuối vào nước sôi để làm sạch và mềm. Xé ni-lon bọc thực phẩm thành các miếng cỡ miếng lá chuối. Lau khô lá chuối bằng giấy ăn rồi chồng lên xen kẽ với các miếng ni-lon, mặt xanh đậm của lá hướng xuống dưới.

3. Cách quậy bột: Pha bột gạo và bột năng/bột bắp với nước xương (để nguội). Nếu ăn liền sau khi hấp: pha 2 chén bột gạo với 1 chén bột năng. Nếu để nguội hôm sau mới ăn (sẽ hâm lại bằng lò vi sóng) thì pha 1 chén bột gạo với 2 chén bột năng. Tùy độ mặn và béo của nước dùng mà cho thêm muối + dầu ăn vào hỗn hợp bột pha. Quậy cho bột tan hết rồi cho lên bếp khuấy liên tục (lửa hơi lớn). Dùng nồi không dính sau này sẽ dễ rửa hơn, nhớ dùng muỗng/đũa gỗ để quậy để không bị tróc lớp chống dính. Khi bột bắt đầu chín và dính vào đáy nồi, hạ lửa xuống trung bình và quậy mạnh tay hơn, đến khi bột đặc lại. Nếu có bị vón cục cũng không sao. Tắt lửa quậy tiếp 1 lúc nữa bột sẽ mịn. Cách khác: Cho hỗn hợp bột vào quay trong lò vi sóng, cứ 1-2 phút lấy ra quậy lên 1 lần, đến khi bột đặc lại là được.

4. Cách gói (xem video sẽ rõ hơn): Gấp lá chuối 2 lần thành miếng tam giác, mở ra thành cái phễu. Cầm trong lòng bàn tay trái, góc gấp thừa ra để gần ngón cái. Múc 1 muỗng bột vào, trét ra quanh thành phễu, tạo lỗ ở giữa. Cho vào 2-3 muỗng nhân, thêm 2 muỗng bột lên trên, trét đều che nhân lại. Gấp cạnh ở ngón tay cái vào trước, rồi gấp 2 bên. Cuối cùng gấp phần còn lại và nhét vào 2 mí gấp trước như minh họa. Làm cách này đỡ tốn lá chuối và không cần cột dây (chỉ hơi thiếu thân thiện với môi trường do dùng hơi nhiều ni-lon ^^)

5. Cho bánh lên hấp 20 phút. Nếu bóc bánh ngay sẽ bị nhão, không đẹp nên các bạn nhớ để 1 lúc cho nguội hãy bóc, bánh sẽ giữ được hình dáng đẹp và cứng hơn 1 tí. Trước khi ăn quay lại trong lò vi sóng 1 phút (hoặc hấp sơ lại). Bánh có thể để 1 tuần trong tủ lạnh hoặc để ngăn đá cả tháng. Khi ăn, chấm bánh với tương ớt, xì dầu, rắc nhiều tiêu.

BÁNH BAO

CHUẨN BỊ
1 giờ 30 phút

NẤU
25 phút

TỔNG THỜI GIAN
1 giờ 55 phút

MỨC ĐỘ
Khó

MÓN
Ăn chơi

ẨM THỰC
Ảnh hưởng Trung Hoa

Xe gì không có động cơ nhưng có khói? Xin thưa đó là xe bánh bao. Người bán bánh đèo 2 thùng bánh hai bên xe đạp vừa đạp vừa rao. Hơi nóng bốc lên nghi ngút, mùi thơm phảng phất vương lại trong không khí như gọi mời. Bánh này có nguồn gốc từ Trung Quốc nhưng rất quen thuộc với người Việt. Ở Việt Nam, người ta làm nhân bánh bằng thịt heo, trứng, lạp xưởng và một số loại rau củ giòn giòn như cà rốt, củ năng... Bạn có thể làm nhiều bánh 1 lúc rồi để vào tủ lạnh hấp ăn cả tuần hoặc trữ trong ngăn đá cả tháng.

NGUYÊN LIỆU
8 cái

Phần nhân

250 g thịt heo băm/ gà băm

10 g nấm mèo ngâm nở, rửa sạch, băm nhỏ

10 g nấm hương ngâm nở, rửa sạch, băm nhỏ

1 ms hành tím băm

1 ms tỏi băm

1 ms dầu hào

1 mcf dầu mè

3 ms bột xá xíu

2 ms bột năng

1/4 mcf tiêu

1/2 chén hành tây cắt hạt lựu

1/2 chén cà rốt / củ năng cắt hạt lựu

4 cây lạp xưởng cắt chéo lát mỏng

4 quả trứng luộc 10-12 phút, bóc vỏ và bổ dọc

Hỗn hợp men

255 ml sữa ấm (1 chén + ¼ ms)

2 mcf men nâu

1 ms đường

1/2 mcf muối

Hỗn hợp bột

500 g bột mì đa dụng

2 mcf bột nổi

100 g đường

2 ms dầu ăn

Xem video hướng dẫn:
http://goo.gl/c7XJQ6

1 Hòa tan sữa tươi (sữa ấm khoảng 40°C), đường, muối, men nâu. Chờ 5 phút cho men nở.

2-A Trộn chung bột mì, đường, bột nổi trong cái thau. Tạo một cái lỗ giữa bột, cho hỗn hợp men và dầu ăn vào. Dùng muỗng gỗ trộn đều, sau đó nhồi thành cục bột mềm và mịn.

2-B Cho cục bột vào thau lại, phủ khăn ẩm và ủ ở nơi ấm (37°C/99°F) khoảng 1 tiếng.

3 Làm nhân: trộn nấm với thịt băm, hành tím băm, dầu hào, dầu mè, bột xá xíu, tỏi băm, hành tây cắt hạt lựu, cà rốt/ củ năng cắt hạt lựu, tiêu, và bột năng. Trộn đều và ướp 30 phút. Chia thành 8 viên.

4 Sau khi ủ 1 giờ, cục bột đã nở gấp đôi. Cho ra bàn nhồi vài phút cho ra khí. Nhỏ vài giọt nước chanh để bánh trắng hơn. Chia bột thành 8 miếng bằng nhau, vo thành viên và phủ khăn để bột nghỉ 10 phút rồi mới nặn bánh.

5 Phủ bột áo trên mặt bàn, cán dẹp miếng bột sao cho phần giữa dày hơn phần ngoài viền (khoảng 1cm). Cho viên nhân vào giữa, để trứng lên trên và sắp lạp xưởng xung quanh. Gấp mí, túm và xoắn lại tạo núm ở giữa. Có thể lật úp bánh lại và nặn thành con heo xinh xinh. Để bánh lên miếng giấy nến (cắt giấy thành miếng to gấp đôi đế bánh). Ủ bánh thêm 15 phút rồi mới hấp để bánh nở xốp hơn.

6 Dùng khăn bọc nắp nồi hấp để nước không nhỏ vào bánh. Hấp 25 phút.

7 Có thể bọc bánh trong ni-lon cho vào ngăn đá tủ lạnh để dành ăn sáng. Khi ăn hấp lại 5 phút hoặc quay trong lò vi sóng 2 phút.

BÁNH NGỌT

Sweet Bánh

BÁNH BÒ

CHUẨN BỊ
20 phút

NẤU
20 phút

TỔNG THỜI GIAN
2 giờ 10 phút

MỨC ĐỘ
Trung bình

MÓN
Bánh Việt

ẨM THỰC
Miền Nam

Bánh bò đã gắn với tuổi thơ của mình. Món bánh truyền thống này đã dần mai một với thời gian. Thật buồn khi bây giờ khó có thể tìm mua loại bánh này. Ở miền Nam, bánh có nhiều màu sắc nhưng theo truyền thống thì nó có màu trắng, thơm mùi dừa. Cách làm bánh bò truyền thống sử dụng cơm rượu lên men. Tuy nhiên trong công thức này Helen dùng men nâu, vì nguyên liệu này dễ kiếm ở các siêu thị hiện đại hơn (ở khu nguyên liệu làm bánh). Hi vọng món bánh này sẽ mang tới cho các bạn một chút hoài niệm tuổi thơ.

NGUYÊN LIỆU
20-25 cái

400 ml nước cốt dừa (13.5 fl oz)
300 g đường (10.6 oz)
500 g bột gạo (17.6 oz)
100 g bột năng (3.53 oz)
7 g bột nổi (hoặc Fleischmann's active dry yeast)
450 ml nước ấm

Xem video hướng dẫn:
http://goo.gl/cwBu5q

1. Đun nhỏ lửa hỗn hợp nước cốt dừa và đường. Khuấy đều đến khi đường hòa tan đều. Sau đó để nguội.

2. Cho bột gạo, bột năng và bột nổi vào thau trộn với nhau. Đào 1 cái "giếng" ở giữa, đổ lượng nước ấm vào và nhồi trộn cho bột tan đều (khoảng 10 phút). Sau đó đổ tiếp hỗn hợp nước cốt dừa và đường (đã nguội). Tiếp tục nhào trộn hỗn hợp cho đến khi bột tan đều.

3. Để hỗn hợp vào chỗ ấm (gần bếp) khoảng 1½ giờ cho bột nở sủi tăm thì đem hấp.

4. Tráng dầu vào khuôn bánh. Nấu nước thật sôi. Bỏ khuôn vào xửng cho nóng rồi đổ bột vào hấp khoảng 10 đến 15 phút là bánh chín.

MẸO Bánh bò làm theo công thức này có xu hướng bị cứng lại nếu để lâu hoặc khi gặp lạnh, trong trường hợp đó bạn có thể hấp lại, hoặc quay bánh 30 giây trong lò vi sóng, là bánh lại xốp mềm và ngon thôi!

BÁNH BÒ NƯỚNG

CHUẨN BỊ
30 phút

NẤU
45 phút

TỔNG THỜI GIAN
1 giờ 15 phút

MỨC ĐỘ
Trung bình

MÓN
Bánh Việt

ẨM THỰC
Miền Nam

Bánh bò nướng có rễ tre, ăn dai dai, thơm mùi lá dứa và nước cốt dừa. Bánh này nhìn có vẻ dễ làm nhưng thật ra cũng rất dễ thất bại như bánh bị sụp xuống hoặc không có rễ tre... Vì thế bạn nên đo lường chính xác và lưu ý phần ghi chú bên dưới. Chúc bạn thành công với món bánh miền Nam này nhé!

NGUYÊN LIỆU
4-6 phần ăn

200 ml nước cốt dừa (7 fl oz)
200 g đường (7 oz/ 1 chén)
1 tí muối
½ mcf nước lá dứa

6 cái trứng
240 g bột năng (8.5 oz/2 chén)
2 ½ mcf bột nổi
Vani

Xem video hướng dẫn:
http://goo.gl/8P9DGh

1 Hòa tan 200 g đường với 200 ml nước cốt dừa trên lửa nhỏ. Để nguội.

2 Quét chút dầu hoặc bơ lót đáy khuôn (chỉ lót đáy khuôn, không lót quanh viền khuôn). Cho khuôn vào và bật lò 175°C/ 350°F để làm nóng cả lò lẫn khuôn.

3 Đập trứng vào 1 cái bát lớn. Dùng nĩa hoặc phới lồng (cây đánh trứng cầm tay) để quậy (không đánh trứng, chỉ quậy vừa phải cho lòng đỏ và lòng trắng đồng nhất). Chóp cây đánh trứng luôn tiếp xúc đáy cái bát.

4 Cho hỗn hợp nước dừa vào hỗn hợp trứng. Từ từ rây bột năng và bột nổi vào, vừa rây vừa quậy nhẹ tay theo một chiều cho tan. Thêm nước lá dứa và vani.

5 Sau đó đổ hỗn hợp bột vào khuôn đã làm nóng thông qua cái rây. Để khuôn bánh vào chính giữa lò nướng. Nướng 45 phút ở 175°C/ 350°F đến khi vàng. Dùng tăm xiên vào bánh, thấy không dính là bánh chín. Lưu ý không mở cửa lò nướng trong 30 phút đầu.

6 Để nguội bằng cách úp ngược khuôn trên giá. Bánh ăn ngon nhất khi vừa ra lò. Bánh có thể để 1-2 ngày bằng cách gói trong bọc nilon. Hôm sau quay 15 giây trong lò vi sóng trước khi ăn.

Các lưu ý quan trọng

- KHÔNG dùng bột nổi cường độ mạnh (double-acting baking powder). Công thức này chỉ thành công với bột nổi loại thường (single-acting). Hiệu bột nổi thông thường phổ biến là Alsa nếu bạn ở nước ngoài.
- Chỉ chống dính đáy khuôn, KHÔNG chống dính thành khuôn vì bánh cần có chỗ bám vào khi nở.
- Phải làm nóng khuôn bánh cùng với lò nướng ít nhất 10 phút trước khi đổ hỗn hợp bột vào nướng.
- Chỉ quậy bột theo 1 chiều. Không nên quậy quá nhiều.
- Đổ bột vào khuôn bánh thông qua 1 cái rây. Như vậy giúp bánh có rễ tre.
- Đặt khuôn bánh vào chính giữa lò nướng thì bánh mới nở đều và không bị sụp.
- Thời gian và nhiệt độ nướng có thể thay đổi chút ít tùy lò. Nhưng không được mở lò nướng trong 30 phút đầu.
- Khi lấy bánh ra khỏi lò, lập tức úp ngược khuôn bánh trên giá để bánh khỏi sụp.

BÁNH BAO CHỈ

CHUẨN BỊ
60 phút

NẤU
45 phút

TỔNG THỜI GIAN
2 giờ 45 phút

MỨC ĐỘ
Trung bình

MÓN
Bánh Việt

ẨM THỰC
Phương Đông

Bánh bao chỉ có nguồn gốc từ Trung Quốc và Nhật. Người Trung Quốc và người Nhật thường làm bánh này với nhân đậu đỏ hoặc đậu phộng, mè. Người Việt biến tấu 1 chút với nhân dừa, đậu xanh, hương vị thơm ngon không kém. Một tách trà nóng với vài cái bánh cho buổi xế, bạn thấy thế nào?

Xem video hướng dẫn:
http://goo.gl/Md8pUf

NGUYÊN LIỆU
6-8 cái

Nhân bánh
100 g đậu xanh cà không vỏ (1/2 chén)
120 ml nước (1/2 chén)
¼ chén dừa nạo tươi
3 ms đường
¼ mcf muối
11 g đường vani (hoặc 1 muỗng cà phê tinh dầu vani)
1 muỗng súp mè rang
1 muỗng súp dầu ăn

Nguyên liệu làm vỏ bánh
1 chén bột nếp (100 g)
3 ms đường
¾ chén sữa (180ml)
¼ mcf muối
½ chén dừa khô bào dùng để áo bánh.

1 Cách làm nhân: Đậu đãi sạch ngâm nước 1 giờ, xong đổ nước sâm sấp mặt đậu nấu chín bằng nồi cơm điện. Lấy ra xay nhuyễn với đường và trộn với dừa, dầu ăn, mè, vani, muối. Chia nhân làm 8 và vo thành viên.

2 Cách làm vỏ bánh: Hòa tan đường, muối với sữa. Hòa hỗn hợp với bột nếp. Đậy tô đựng bột bằng nilon bọc thực phẩm, nhưng chừa lỗ hở nhỏ. Quay 3 phút trong lò vi sóng. Lấy ra trộn lên. Quay tiếp 1 phút nữa là bột chín. Dùng vá xới cơm nhúng nước nhồi 50 lần cho bột mịn và thêm độ dai.

3 Trải nilon bọc thực phẩm và dùng chổi quét lên một lớp dầu mỏng. Múc 1 muỗng bột (khoảng 1/8 lượng bột đang có) cho lên, gấp lại dùng tay ấn cho bột dẹp ra, cho nhân bánh để lên, túm bánh và ấn mí lại.

4 Lăn bánh qua với dừa khô bào và vo thành viên tròn. Đặt bánh vào khuôn giấy muffin.

BÁNH ĐÚC LÁ DỨA

CHUẨN BỊ
20 phút

NẤU
20 phút

TỔNG THỜI GIAN
45 phút

MỨC ĐỘ
Dễ

MÓN
Bánh Việt

ẨM THỰC
Miền Nam

Bánh đúc lá dứa là món đặc sản miền Tây Nam Bộ. Miếng bánh xanh như ngọc, mềm, dẻo, giòn như miếng thạch và ngan ngát mùi lá dứa (lá nếp). Khi ăn chan nước đường và nước cốt dừa, rắc ít mè rang ngọt béo.

NGUYÊN LIỆU
8-10 phần ăn

Cho phần bột màu xanh

4-6 lá dứa rửa sạch xắt nhỏ
600 ml nước (2.5 chén)
4 ms bột gạo
4 ms bột năng
2 ms bột đậu xanh (không bắt buộc)
2 ms đường
Vài giọt tinh chất lá dứa (không bắt buộc)

Cho phần bột màu trắng

4 ms bột gạo
4 ms bột năng
2 ms bột đậu xanh
2 ms đường

Phần nước đường

6 ms đường nâu
Một chút muối
6 ms nước
2 mcf bột năng/bột đậu xanh

Phần nước dừa

250 ml nước cốt dừa (1 chén)
2 ms đường
2 lá dứa cột lại
2 mcf bột năng/bột đậu xanh
1 tí muối
Mè rang

Xem video hướng dẫn:
http://goo.gl/xdZn8i

1 Lá dứa rửa sạch, xắt nhỏ. Xay lá dứa với 620 ml (2.5 chén) nước. Lọc lấy 600ml nước lá dứa.

2 Hòa tan bột gạo, bột năng, bột đậu xanh (nếu có) với 600 ml nước lá dứa. Thêm đường và xíu muối. Thêm vài giọt tinh chất lá dứa nếu muốn màu đậm hơn (nếu có).

3 Quấy tan. Quay 6 phút trong lò vi sóng, cứ mỗi 2 phút lấy ra khuấy lên một lần. Sau 6 phút sẽ được hỗn hợp bột mịn, nửa sống nửa chín. Không có lò vi sóng thì có thể đun lửa vừa trên bếp, nhưng phải quậy liên tục đến khi bột đặc lại.

4 Làm tương tự với lớp bột màu trắng: Hòa tan bột gạo, bột năng và bộ đậu xanh (nếu có) với 600 ml nước. Thêm đường, xíu muối và 1 mcf dầu ăn cho đỡ dính. Quay 6 phút trong lò vi sóng, cứ mỗi 2 phút lấy ra khuấy lên một lần.

5 Quét khuôn (20 x 20 cm) với ít dầu ăn. Đổ bột vào khuôn lần lượt theo lớp xanh-trắng-xanh-trắng. Dùng cán muỗng cắm vào khuôn, vẽ đường xoắn ốc để 2 lớp bột quyện vào nhau tạo vân. Trét phẳng bề mặt rồi đem hấp 20 phút.

6 Cho 6 muỗng súp đường nâu, 3 muỗng súp nước và xíu muối vào cái nồi nhỏ. Đun sôi, thỉnh thoảng lắc nhẹ nồi giúp đường tan. Hòa 2 muỗng cà phê bột năng (hoặc bột đậu xanh) với 3 muỗng súp nước, đổ vào nồi và nấu thêm vài giây để nước đường sệt lại.

7 Nấu 250 ml nước cốt dừa + 2 muỗng súp đường + xíu muối. Thêm 2 lá dứa (buộc lại) cho thơm. Hòa 2 muỗng cà phê bột năng với 2 muỗng súp nước. Đổ vào nồi cho nước cốt dừa sệt lại.

8 Bánh nguội để tủ lạnh vài giờ hoặc qua đêm đến khi đông lại hẳn. Cắt miếng vừa ăn. Khi ăn rưới nước cốt dừa và nước đường lên. Bánh truyền thống thực ra chỉ có màu xanh lá dứa, nhưng mình thích làm vân cho nó đẹp.

BÁNH PHU THÊ /BÁNH XU XÊ

CHUẨN BỊ
15 phút

NẤU
40 phút

TỔNG THỜI GIAN
1 giờ 25 phút

MỨC ĐỘ
Trung bình

MÓN
Bánh Việt

ẨM THỰC
Miền Bắc

Món bánh thường thấy trong các mâm quả của lễ ăn hỏi ở miền Bắc và miền Trung. Độ dẻo của bánh tượng trưng cho sự bền chặt của hôn nhân. Nhân đậu xanh màu vàng thể hiện lòng chung thủy, chân thành của 2 vợ chồng. Ở miền Nam bánh được gói trong ni-lon và là món quà vặt được ưa thích.

NGUYÊN LIỆU
9 cái

Phần Nhân
100 g đậu xanh cà không vỏ (1/2 chén)
120 ml nước (1/2 chén)
4 ms đường cát
1 ms dầu ăn
1 chút xíu muối
1 mcf tinh chất vani hoặc 1 ống vani

Phần bột
125 g bột năng (1 chén)
240 ml nước (1 chén)
1 ms bột đậu xanh
1 ms nước
4 ms đường
1 mcf dầu ăn
20 g dừa non bào sợi (1/4 chén)

Tùy chọn
vài giọt phẩm màu hoặc tinh chất lá dứa
mè rang

Xem video hướng dẫn:
http://goo.gl/zHSyl5

1 Đậu xanh vo sạch và ngâm nước 1 giờ. Cho 120 ml nước vào nấu chín trong nồi cơm điện. Nếu nấu trên bếp thường thì đun sôi đậu rồi hạ lửa, đậy nắp hông khoảng 10 phút cho đậu mềm và dễ nghiền.

2 Xay/nghiền nhuyễn đậu xanh đã nấu chín với đường, dầu ăn, muối, vani. Chia ra và vo viên, mỗi viên chừng 1/2 muỗng súp. (Công thức này làm được 18 viên nhân, đủ cho bạn làm gấp đôi công thức bột). Có thể cất nhân còn thừa vào tủ lạnh cho lần sau.

3 Hòa các nguyên liệu cho phần bột trong cái tô (có thể dùng an toàn trong lò vi sóng) cho tan hết. Cho vào lò vi sóng quay 1,5 phút (700W). Lấy ra quậy đều. Quay tiếp 1 phút nữa, Lấy ra và quậy liên tục 1-2 phút lúc bột còn nóng, đến khi được hỗn hợp nửa sống nửa chín. (Nếu nhân đôi công thức, bạn cần tăng thời gian quay trong lò vi sóng, cứ quay 1 phút rồi lấy ra quậy lên đến khi được hỗn hợp bột đặc lại như ý). Bình thường nấu bằng bếp lò thì khuấy liên tục trên bếp ở lửa thấp cho đến khi bột đặc lại.

4 Thêm vài giọt phẩm màu (hoặc tinh chất lá dứa) vào bột và quậy đều.

5 Thoa dầu cho khuôn (dùng chén bánh bèo hoặc khuôn muffin). Cho 1 muỗng súp bột vào chén, rồi đến nhân, và thêm 1 muỗng súp bột lên trên cùng. Ém gọn lại.

6 Dùng khăn cột nắp nồi hấp cho nước khỏi nhỏ vào bánh. Hấp bánh 15 phút hoặc đến khi bánh trong lại có thể nhìn thấy màu vàng của nhân. Để nguội và gói lại trong ni-lon thực phẩm thành miếng vuông. Thêm mè rang lên bề mặt bánh tùy ý.

BÁNH TRƯỚC KHI HẤP

BÁNH KHOAI MÌ NƯỚNG

CHUẨN BỊ
20 phút

NẤU
20 phút

TỔNG THỜI GIAN
40 phút

MỨC ĐỘ
Dễ

MÓN
Tráng miệng/
Ăn chơi

ẨM THỰC
Đông Nam Á

Khoai mì là loại lương thực cứu đói trong những năm tháng đất nước còn khó khăn. Khoai có thể luộc, hấp cơm, làm bột lọc, làm nhiều thứ bánh... Ở Đông Nam Á, bánh khoai mì rất phổ biến, ăn có vị dai dai, dẻo dẻo, thơm thơm mùi dừa chứ không nhẹ, xốp và giòn như các loại bánh phương Tây.

NGUYÊN LIỆU
4 phần ăn

400 g khoai mì bào (có thể mua hàng đông lạnh)
100 g đường (1/3 chén) (tùy khẩu vị có thể thêm hoăc bớt lượng đường)
¾ chén dừa sợi (có thể mua hàng đông lạnh)
165 ml nước cốt dừa (2/3 chén)
¼ mcf muối
1 ms dầu ăn
½ mcf vani

Xem video hướng dẫn:
http://goo.gl/rz9ej7

 1. Bật lò nóng 180°C/350°F.

 2. Khoai mì bào rã đông, ép bỏ bớt nước bằng rây hoặc khăn. Nhặt bỏ các sợi xơ nếu có.

 3. Cho tất cả các nguyên liệu vào chung, trộn thật đều. Thoa dầu cho khuôn. Đổ hỗn hợp vào và trét phẳng bề mặt.

 4. Nướng 60 phút hoặc cho đến khi vàng đều (có thể dùng tăm châm thử, rút ra không bị dính là bánh đã chín)

 5. Để nguội bánh hoàn toàn trước khi cắt.

BÁNH TẰM

CHUẨN BỊ
10 phút

NẤU
45 phút

TỔNG THỜI GIAN
55 phút

MỨC ĐỘ
Dễ

MÓN
Bánh Việt

ẨM THỰC
Miền Nam

Gọi là bánh tằm vì bánh này có hình dáng giống như con tằm, được làm từ khoai mì bào và áo một lớp dừa nạo. Bánh ăn dai dai, dẻo dẻo, thơm thơm rất ngon. Ở nước ngoài, bạn có thể mua khoai bào đông đá ở các cửa hàng châu Á. Nếu dùng khoai tươi thì phải gọt vỏ, ngâm khoai trong nước lạnh qua đêm để thải bớt chất độc rồi mới bào nhuyễn hoặc cho vào máy xay.

Xem video hướng dẫn:
http://goo.gl/QtcsPb

NGUYÊN LIỆU
4-6 phần ăn

40 g khoai mì (sắn) bào (14 oz)
1/3 chén đường (70-100g)
2 ms bột năng
120 ml nước (½ chén)
1 chút xíu muối

½ mcf vani
2/3 chén vụn dừa khô (60g)
1.5 lít nước
Màu thực phẩm
Dầu ăn

1 Hòa các nguyên liệu: đường, bột năng và muối với nước. Quậy đều với khoai mì bào.

2 Chia hỗn hợp thành 3 phần. Hòa màu cho mỗi phần.

3 Hấp vụn dừa khô khoảng 5 phút rồi để nguội.

4 Thoa chút dầu cho khuôn. Cho hỗn hợp vào, trét phẳng bề mặt rồi hấp mỗi mẻ khoảng 15 phút.

5 Để nguội rồi cắt sợi dài 7cm/3-inch (dày bằng chiếc đũa). Lăn qua dừa khô. Bây giờ bánh trông giống con tằm rồi nhé. Ăn cho vui nào các bạn!

BÁNH DA LỢN

CHUẨN BỊ
30 phút

NẤU
40 phút

TỔNG THỜI GIAN
2 giờ 10 phút

MỨC ĐỘ
Trung bình

MÓN
Bánh Việt

ẨM THỰC
Việt Nam

Bánh da lợn, cái tên nghe xấu xí nhưng thật ra đây là một loại bánh ngọt có hình thức đẹp, có nơi còn gọi là bánh "chín tầng mây". Bánh này phổ biến ở 1 số nước Đông Nam Á như Malaysia, Singapore, Indonesia... Bánh ăn mềm, dẻo, thơm mùi lá dứa và có vị bùi béo của đậu xanh, nước cốt dừa.

NGUYÊN LIỆU
8 phần ăn

200 g bột năng (7 oz)
50 g bột gạo (1.76 oz)
1 mcf nước tinh chất lá dứa hoặc 5 lá dứa tươi
100 g đậu xanh bóc vỏ (3.5 oz)

250 g đường (8.8 oz)
Một chút muối
400 nước cốt dừa (14 fl. Oz)
300 nước

Xem video hướng dẫn:
http://goo.gl/6lPdV2

1 Đậu xanh vo sạch, ngâm nước ít nhất 1 tiếng (hoặc qua đêm) rồi hấp chín mềm hoặc nấu trong nồi cơm điện.

2 Hòa tan đường với nước cốt dừa và nước lọc, bắc lên bếp đun nhỏ lửa rồi để nguội.

3 Trộn bột năng, bột gạo với hỗn hợp nước cốt dừa. Thêm chút xíu muối.

4 Cho 350 ml (1½ chén) hỗn hợp bột ở trên và đậu xanh đã nấu chín vào máy xay sinh tố và xay mịn. Bây giờ ta sẽ có một hỗn hợp màu vàng.

5 Cho nước lá dứa (hoặc tinh chất lá dứa) vào phần hỗn hợp bột còn lại. Ta sẽ được phần bột màu xanh.
(Để làm nước lá dứa, lấy lá dứa (lá nếp) rửa sạch, xắt nhỏ, cho vào máy xay với 120 ml (½ chén) nước, lọc ra 100 ml nước lá dứa).

6 Thoa dầu vào khuôn, hấp lần lượt các lớp xanh, vàng xen kẽ, mỗi lớp dày độ 1 cm (½ inch). Khi lớp dưới hơi đông lại thì mới đổ lớp mới. Nên đong lượng bột cho các lớp bằng nhau để bánh ra đều đẹp.

7 Sau khi đổ lớp cuối cùng, hấp cả cái bánh thêm 15 phút. Khi dùng đũa đâm vào không thấy bột trào lên là chín.

8 Để nguội hẳn rồi mới dùng dao có thoa chút dầu để cắt bánh. Bánh có thể bảo quản trong tủ lạnh 2-3 ngày. Khi ăn quay lại trong lò vi sóng 30-45 giây, để nguội là bánh lại mềm ngon như trước.

BÁNH CHUỐI HẤP

CHUẨN BỊ
20 phút

NẤU
20 phút

TỔNG THỜI GIAN
2 giờ 40 phút

MỨC ĐỘ
Trung bình

MÓN
Bánh Việt

ẨM THỰC
Miền Nam

Chuối là loại trái cây nhiệt đới rất bổ, rẻ và phổ biến ở Việt Nam. Vì thế người Việt đã nghĩ ra rất nhiều món ăn làm từ chuối như: bánh chuối nướng/hấp, chè chuối, chuối chiên v.v. Bánh chuối hấp ăn dai dai, thơm, béo mùi nước cốt dừa và đậu phộng rang.

 Xem video hướng dẫn:
http://goo.gl/MHY2WA

NGUYÊN LIỆU
4-5 phần ăn

7-9 trái chuối sứ (hoặc 6 trái chuối tây) lột vỏ cắt lát

3-4 ms đường

1½ chén bột năng

½ chén nước

Một ít muối

Một ít màu thực phẩm vàng

1 chén nước cốt dừa

Đậu phộng rang giã nhỏ và mè rang

1 Ướp chuối với đường và xíu muối. Cho vài giọt màu vàng cho chuối có màu đẹp. Để 15 phút. Khi chuối tươm mật, cho vào 1½ chén bột năng. Trộn nhẹ tay cho bột bọc quanh các lát chuối. Thêm ½ chén nước (120 ml). Trộn đều.

2 Lót khuôn bằng nilon bọc thực phẩm để sau này dễ lấy ra. Trút hỗn hợp vào khuôn. Có thể sắp xếp chuối ở đáy khuôn và trên mặt cho đẹp.

3 Hấp 20 phút. Lấy khăn cột nắp nồi hấp để nước không nhỏ vào bánh.

4 Để nguội hoàn toàn (1-2 tiếng) rồi mới cắt. Thoa dầu đĩa và dao để bánh đỡ dính. Rưới nước cốt dừa và rắc mè và đậu phộng rang giã nhỏ.

BÁNH CHUỐI NƯỚNG

 CHUẨN BỊ
20 phút

 NẤU
45 phút

 TỔNG THỜI GIAN
3 giờ

 MỨC ĐỘ
Dễ

 MÓN
Tráng miệng

 ẨM THỰC
Việt Nam

NGUYÊN LIỆU
4-6 phần ăn

500 g (17.6 oz) chuối sứ đã lột vỏ
2 - 3 ms đường
2 ms rượu rum tùy chọn
2 ms sữa đặc

Muối
1 chén nước cốt dừa
6 lát bánh mì sandwich cắt bỏ rìa
2 ms bơ nóng chảy

 Xem video hướng dẫn:
http://goo.gl/OmTNKw

Bánh này dùng bánh mì sandwich thay cho bột. Bánh rất dễ làm nhưng ăn rất ngon, miếng bánh như tan trong miệng. Nên để bánh nguội (nhất là để trong tủ lạnh) ăn càng ngon.

1 Trộn chuối với đường và rượu rum. Để trong tủ lạnh ít nhất 30 phút.

2 Pha nước cốt dừa với sữa đặc và chút xíu muối.

3 Xé nhỏ bánh mì sandwich và ngâm nở trong hỗn hợp nước dừa chừng 15 phút.

4 Trộn hỗn hợp chuối với hỗn hợp bánh mì. Chừa lại vài lát chuối để trình bày lên bề mặt. Quét bơ lót khuôn. Đổ hỗn hợp bánh vào khuôn, làm phẳng bề mặt. Sắp mấy lát chuối còn lại lên bề mặt cho đẹp.

5 Lò nóng sẵn, nướng 15 phút ở 175°C/350°F với thanh lửa dưới, sau đó quét thêm bơ lên bề mặt bánh và nướng bằng cả thanh lửa trên và dưới thêm 30-40 phút nữa đến khi mặt bánh vàng đẹp là được.

6 Chú ý canh chừng lúc cuối vì bề mặt rất nhanh cháy. Lấy ra để nguội hẳn rồi cho vào tủ lạnh vài tiếng hoặc qua đêm cho đông hẳn rồi thưởng thức. Bánh này có thể để 1-2 tuần trong tủ lạnh.

BÁNH RÁN/ BÁNH CAM

CHUẨN BỊ
60 phút

NẤU
30 phút

TỔNG THỜI GIAN
2 giờ 30 phút

MỨC ĐỘ
Trung bình

MÓN
Ăn chơi

ẨM THỰC
Phương Đông

Ngày còn nhỏ, mỗi khi mẹ đi chợ về làm gì trong giỏ cũng có vài cái bánh rán cho chị em mình. Bánh giòn, dẻo, ngọt, béo vị đậu xanh, mè và dừa. Bánh này có nguồn gốc từ Trung Quốc và rất phổ biến ở một số nước châu Á. Ở miền Nam, nó có tên là bánh cam, ngoài Bắc gọi là bánh rán, còn ở miền Trung thì gọi là bánh ram. Tên gọi món ăn ở mỗi vùng miền của Việt Nam cũng khác nhau nhiều nhỉ, trong khi trong tiếng Anh, người ở đâu cũng gọi nó là sesame ball thôi!

NGUYÊN LIỆU
10-12 cái

Phần nhân
1/2 chén đậu xanh (100g) cà không vỏ, đãi sạch ngâm 1 giờ
4 ms đường
1 ms dầu ăn
1/4 chén dừa bào

Phần bột
2 chén bột nếp (250g)
2 ms bột tẻ
1/4 chén khoai tây nghiền
4 ms đường
1/2 mcf muối
200 ml nước ấm
1/2 chén hạt mè/vừng
Dầu ăn để chiên

Xem video hướng dẫn:
http://goo.gl/jvLulo

1 Cách làm nhân: Đậu đãi sạch ngâm nước 1 giờ, xong hấp chín, hoặc đổ nước sâm sấp mặt đậu nấu chín bằng nồi cơm điện. Lấy ra xay nhuyễn với đường và trộn với dừa, và dầu ăn. Chia nhân làm 10-12 phần và vo thành viên.

2 Trộn bột nếp, bột gạo, đường, muối, khoai tây nghiền trong cái thau. Đổ nước ấm (50-60°C) vào từ từ, trộn đều và nhào thành khối bột dẻo mịn. Bạn sẽ cần khoảng 200ml nước ấm, gia giảm tùy chất lượng bột. Đậy lại để bột nghỉ 30 phút.

3 Chia bột thành 10-12 viên, nắn mỏng độ khoảng 1cm, cho viên nhân vào giữa, ấn mí và vo tròn kín lại. Lăn qua mè cho mè bám đều bên ngoài bánh. Vo tròn 1 lần nữa cho mè bám chặt vào bột, tránh bị rơi ra trong lúc chiên.

4 Đun dầu sôi ở 180°C/360°F. Thả bánh vào chiên vàng. Thỉnh thoảng xoay các mặt để bánh vàng đều. Để bánh vào đĩa lót giấy thấm dầu. Ăn lúc còn nóng sẽ giòn lắm đây.

- Để có ¼ chén khoai tây nghiền, luộc/hấp 1 củ khoai tây nhỏ trong 20 phút hoặc bọc giấy ướt rồi quay trong lò vi sóng khoảng 5 phút. Lấy ra gọt vỏ và nghiền nhuyễn. Nếu mua bột khoai tây nghiền ăn liền ở siêu thị, trộn 2 muỗng súp bột khoai tây nghiền với 4 muỗng súp nước sôi.

- Dừa bào có thể mua loại đông đá ở các cửa hàng châu Á.

MÓN TRÁNG MIỆNG

Không biết từ bao giờ người Việt có thói quen ăn các món ngọt. Trẻ con thích ngọt đã đành, người lớn cũng thế. Nói về các món ngọt tráng miệng Việt thì kể cả ngày cũng không hết.

Trước hết ta hãy nói đến các món chè. Ôi cơ man nào là các loại chè, các cô gái nhà ta cứ mê mẩn chè đậu xanh, đậu đỏ, chè bắp, chè thưng…Chè thuần Việt cũng có, chè du nhập từ các nước khác cũng có. Chè có thể ăn nóng hoặc lạnh. Chè được gia thêm hương vani, dầu chuối và trang điểm thêm đậu phộng, mè, nước cốt dừa…cho tăng phần hấp dẫn.

Bánh ngọt cũng được dùng như món tráng miệng. Ở chương trước, Helen đã giới thiệu với các bạn một số loại bánh dùng tráng miệng hay làm món quà vặt buổi xế chiều. Sau giấc ngủ trưa, bạn có thể thưởng thức một đĩa bánh cam, bánh chuối chiên hay bánh bò nướng. Hoặc cuối bữa ăn, bạn có thể tráng miệng vài miếng bánh da lợn, bánh đậu xanh… thế là bạn đã có một bữa ăn hoàn hảo.

NƯỚC CỐT DỪA

Dừa là loại trái cây phổ biến ở miền Nam nên hầu hết các món chè/bánh như: chè chuối, chè bánh lọt, chè sương sa hạt lựu, bánh bò, bánh đúc lá dứa, bánh chuối hấp/nướng… đều được dùng với nước cốt dừa.

Cách làm nước cốt dừa ăn với chè / bánh

Khuấy tan 1 chén nước cốt dừa (240 ml) với 2 muỗng súp đường và chút xíu muối. Đun sôi, hạ lửa vừa. Cho vào 2 lá dứa hoặc vani cho thơm. Hòa tan 2 muỗng súp bột năng (hoặc bột bắp) và 2 muỗng súp nước. Đổ từ từ vào. Đun sôi lại ở lửa nhỏ khoảng 1 phút. Khi nguội nước dừa sẽ đặc hơn.

Xem video hướng dẫn:
http://goo.gl/ohDBKD

CHÈ SƯƠNG SA HẠT LỰU

Mùa hè ở Việt Nam sao mà nóng nực bức bối quá! Có 1 ly chè sương sa hạt lựu ăn thì mát và giải nhiệt phải biết. Loại chè này làm công phu với nhiều nguyên liệu nhưng trông đẹp mắt và ăn rất mát. Ly chè đủ màu sắc của "hạt lựu" và đậu xanh, nước cốt dừa trông như 7 sắc cầu vồng vậy.

CHUẨN BỊ
45 phút

NẤU
30 phút

TỔNG THỜI GIAN
1 giờ 15 phút

MỨC ĐỘ
Trung bình

MÓN
Tráng miệng

ẨM THỰC
Miền Nam

Xem video hướng dẫn:
http://goo.gl/jCWXB2

NGUYÊN LIỆU
1 phần ăn

Cho phần chè đậu xanh
1 chén đậu xanh cà không vỏ
2 chén nước (500 ml)
½ chén đường (100 g)

Làm sương sa
12 g bột rau câu
1 lít nước

Làm hạt lựu
1 lon củ năng (600 ml/20 oz)
để ráo nước và thái hạt lựu
8 ms bột năng
Một vài giọt màu thực phẩm đỏ,
xanh lá cây, cam, tím, etc.

Nguyên liệu làm nước đường
2 chén đường nâu/đường thốt nốt
1 chén nước
Chút muối

Để làm nước dừa
240 ml nước cốt dừa (1 chén)
240 ml nước (1 chén)
2-3 muỗng canh đường
Chút muối
1 ms bột năng
3 ms nước

1 Đậu xanh không vỏ vo sạch, nấu với 2 chén nước. Đun sôi, vớt bọt. Hạ lửa nhỏ đun 15 phút, đậy nắp hở để khỏi bị trào.

2 Thêm đường vào đậu xanh và xay nhuyễn bằng máy.

3 Đổ ra tô để nguội.

4 Ngâm bột rau câu với 1 lít nước khoảng 15 phút cho nở. Đun ở lửa vừa và khuấy liên tục. Khi sôi, hạ lửa và vớt bọt.

5 Đổ ra khuôn và để nguội (khoảng 3-6 tiếng). Cắt miếng vừa ăn (khoảng 1x1x1 inch hay 3x3x3cm).

6 Củ năng tươi gọt vỏ hoặc mua trong lon. Cắt hạt lựu. Chia thành 4 phần và nhuộm 4 màu bằng màu thực phẩm.

HẠT LỰU TRƯỚC KHI LUỘC

7 Cho mỗi phần củ năng cắt hạt lựu vào trong bao ni-lon cùng với 2 muỗng súp bột năng. Buộc lại và lắc đều để bột bọc đều quanh củ năng. Đổ ra cái rây giũ bớt bột thừa. Làm tương tự với các màu khác nếu thích.

8 Sau đó đem luộc đến khi hạt nổi lên bề mặt nước (khoảng 2-3 phút).

9 Vớt ra cho vào thau nước đá lạnh. Lớp bột bọc bên ngoài trở nên trong suốt trông rõ phần củ năng bên trong rất đẹp. Để ráo cho vào tô.

10 Nấu 2 chén đường nâu với 2 chén nước và chút muối khoảng 5 phút cho tan.

11 Để làm nước cốt dừa, cho nước cốt dừa, nước, đường, muối vào một cái chảo. Khuấy đều để hòa tan đường và đun sôi. Buộc vài lá dứa (nếu có) cho vào nước cốt dừa cho thơm. Hòa ít bột năng với nước cho vào hỗn hợp nước cốt dừa và khuấy cho sánh.

12 Cho nửa ly đá, thêm vào 1-2 muỗng súp chè đậu xanh đánh, sương sa, hạt lựu, nước đường, nước cốt dừa... Trộn đều lên và thưởng thức. Ôi chè mát làm sao!

CHÈ BÁNH LỌT

CHUẨN BỊ
20 phút

NẤU
20 phút

TỔNG THỜI GIAN
40 phút

MỨC ĐỘ
Trung bình

MÓN
Tráng miệng

ẨM THỰC
Miền Nam

Đây là loại chè không chỉ quen thuộc với người Việt mà rất phổ biến ở các nước Đông Nam Á như Thái Lan, Mã Lai, Indonesia, Singapore, Brunei… Trong tiếng Việt, lọt có nghĩa là rơi xuống một khe nào đó. Ở đây, bột được ép xuống thau nước lạnh qua cái rây. Chè ăn mát, sợi bột dai dai rất thích.

BÁNH LỌT TRONG TÔ NƯỚC ĐÁ

NGUYÊN LIỆU
4-6 ly

Làm bánh lọt
60 g bột đậu xanh (1/2 chén) hoặc bột củ năng
4 ms đường
400 ml nước (1+2/3 chén)
1/4 mcf tinh lá dứa
1 tô nước nhiều đá

Nước đường
½ chén đường nâu
Một chút muối

Nước cốt dừa
120 ml nước cốt dừa (1/2 chén)
1 mcf bột năng

Xem video hướng dẫn:
http://goo.gl/swNX6d

1. Hòa tan bột, đường, nước và tinh lá dứa. Cho nồi lên bếp đun ở lửa vừa, vừa nấu vừa quậy bột đều tay. Khi bột bắt đầu chín và dính vào đáy nồi, hạ lửa, quậy mạnh tay hơn thêm vài phút đến khi bột sánh lại, hơi trong là được.

2. Cho bột vào dụng cụ nghiền khoai tây và ép nhẹ tay cho bột "lọt" xuống tô nước đá bên dưới (vì vậy gọi là bánh lọt).

3. Nấu nước đường: Hòa tan đường, muối, nước trong nồi và đun ở lửa nhỏ vài phút rồi để nguội cho nước đường hơi sệt lại.

4. Nấu nước cốt dừa: Hòa tan đường, muối với nước cốt dừa, đun sôi. Hòa riêng 1 mcf bột năng với 2 ms nước rồi cho vào hỗn hợp cốt dừa quậy đều tay đến khi hơi sệt lại thì nhấc xuống để nguội

5. Cho bánh lọt vào ly đá bào, rưới nước đường và nước cốt dừa lên, trộn đều và thưởng thức nào! Có thể cho thêm ít chè đậu xanh đánh hoặc chè đậu đỏ.

CHÈ CHUỐI

CHUẨN BỊ
5 phút

NẤU
10 phút

TỔNG THỜI GIAN
35 phút

MỨC ĐỘ
Dễ

MÓN
Tráng miệng

ẨM THỰC
Việt Nam

Trong tủ lạnh còn mấy trái chuối chín, ăn hoài cũng ngán. À, lấy ra nấu chè chuối thôi. Chè dễ nấu nhưng ngon lắm nhé. Có thể cho thêm khoai mì vào cho dẻo nhưng nhớ cắt khối vuông, hấp chín rồi hẵn cho vào cùng lúc với chuối.

Xem video hướng dẫn:
http://goo.gl/xrf9yy

NGUYÊN LIỆU
4 phần ăn

400 ml nước cốt dừa
(1 + 2/3 chén)
130 g đường (2/3 chén)
2 ms bột báng
1 tí muối
300 g chuối chín (10.5 oz)
lột vỏ và cắt chéo
4 mcf đậu phộng và mè rang giã dập
200 g củ khoai mì cắt khối vuông hấp chín (thêm vào tuỳ ý)

1. Trộn nước cốt dừa, đường, bột báng, và muối trong nồi, khuấy đều và đun hỗn hợp đến khi sôi. Sau đó tắt bếp, đậy nắp và để hỗn hợp nghỉ trong vòng 20 phút để bột báng mềm đi.

2. Thêm chuối đã cắt lát và khoai mì hấp (tuỳ ý) vào hỗn hợp và tiếp tục đun trong vòng 5 phút.

3. Chia chè vào 4 chén, rắc thêm đậu phộng và hạt mè rang đã giã sơ.

- Nếu sống ở nước ngoài bạn có thể mua chuối sứ đông đá có bán ở các siêu thị châu Á hoặc chuối Tây đều được.

- Nếu dùng khoai mì, sau khi hấp khoai bạn nên ướp khoai với đường khoảng 1 giờ. Như vậy khi ăn khoai sẽ đậm đà hơn.

CHÈ TRÔI NƯỚC

CHUẨN BỊ
40 phút

NẤU
30 phút

TỔNG THỜI GIAN
2 giờ 10 phút

MỨC ĐỘ
Trung bình

MÓN
Tráng miệng

ẨM THỰC
Việt Nam

Trời lạnh mà có chén chè trôi nước ăn ấm bụng thì tuyệt biết mấy. Mỗi nước châu Á có cách nấu loại chè này khác nhau. Ngay cả ở Việt Nam cũng có nhiều cách nấu. Ở miền Bắc, người ta gọi là bánh chay, ăn với nước đường trắng còn miền Nam thì gọi là chè trôi nước, dùng với nước đường nâu, thêm nước cốt dừa, mè rang cho béo.

CHÈ TRÔI NƯỚC

NGUYÊN LIỆU
22 viên (cỡ trái bóng bàn) 6-8 phần ăn

200 g đậu xanh không vỏ (1 chén)
1 mcf muối
1 ms đường
3 ms hành phi (không bắt buộc)
3 ms dầu ăn
400 g bột nếp (14 oz)
300 g đường nâu hoặc đường thốt nốt (10.5 oz)
1 nhánh gừng bằng ngón tay cái, cắt sợi

Xem video hướng dẫn:
http://goo.gl/wjaaGy

1 Vo sạch và ngâm đậu xanh cà không vỏ ít nhất một giờ. Nấu chín trong nồi cơm điện với 1 chén nước (240 ml). Trộn đậu đã nấu chín với muối, đường, dầu ăn và hành phi cho thơm (tùy ý). Xay/tán nhuyễn đậu xanh. Thoa dầu ăn lên tay, múc 1 muỗng súp đậu xanh rồi vo thành viên.

2 Cho bột nếp vào thau. Cho 360ml (1,5 chén) nước ấm (40-60°C) vào từng ít một và trộn đều. Nhồi bột 5 phút thành khối không dính tay. Đậy kín và để bột nghỉ 30 phút. Nhồi thêm 5 phút nữa. Tùy chất lượng bột, có thể thêm ít nước (nếu bột khô) hoặc thêm ít bột (nếu bột nhão).

3 Thoa dầu ăn lên tay, ngắt miếng bột, vo viên và ép dẹp dày khoảng 1cm. Đặt viên nhân đậu xanh lên và vo lại thành viên tròn. Nếu bột dư có thể vo thành viên nhỏ không nhân (viên ỉ). Cho bánh lên đĩa có thoa dầu cho khỏi dính.

4 Đem bánh đi luộc ở lửa vừa (khoảng 5 phút) đến khi bánh nổi lên là chín. Vớt ra thau nước lạnh.

5 Cho đường, nước, gừng thái sợi và chút muối vào nồi đun sôi. Nếu muốn nước đường sệt lại, có thể đun 20 phút ở lửa nhỏ, hoặc pha bột năng quậy thêm vào. Thả bánh vào và rắc mè/ vừng rang lên. Ăn nóng.

6 Nếu muốn làm bánh trôi cũng nhồi bột tương tự, cho vào viên đường mật mía để làm nhân và vo viên nhỏ (đường kính chừng 3 cm). Xong đem luộc. Bánh chín vớt ra đĩa và rắc mè/ vừng rang lên. Bánh trôi không dùng với nước đường.

MẸO Nếu muốn viên bánh cứng hơn, trộn 350 g bột nếp với 50 g bột gạo.

BÁNH TRÔI BÁNH CHAY

CHÈ BỘT LỌC

 CHUẨN BỊ
45 phút

 NẤU
15 phút

 TỔNG THỜI GIAN
60 phút

 MỨC ĐỘ
Khó

 MÓN
Tráng miệng

 ẨM THỰC
Miền Trung

Chè bột lọc rất dai, dẻo bên ngoài và giòn phần nhân nên khi ăn bắt buộc quai hàm phải làm việc hơi vất vả. Vì thế người phương Tây ít thích món này nhưng người Việt lại rất khoái ăn.

NGUYÊN LIỆU
6-8 phần ăn

200 g bột năng (7 oz)
150 ml nước sôi
1/2 chén cơm dừa cắt hạt lựu
1/2 chén đậu phộng rang nguyên hạt

600 ml nước (2,5 chén)
100 g đường nâu (1/2 chén)
1/4 mcf muối
1/4 chén gừng cắt sợi

 Xem video hướng dẫn:
http://goo.gl/LA8FLo

1 Cho bột năng vào thau. Múc riêng 4 muỗng súp bột ra chén nhỏ. Đổ nước sôi vào chén bột nhỏ. Trộn lên và để 1 phút cho hơi nguội. Bột sẽ hơi chín và hơi trong lại.

2 Đổ chén bột vào thau bột và nhồi 3-5 phút đến khi bột kết thành khối dẻo mịn không dính tay. Cho cục bột vào bao ni-lon cho đỡ khô.

3 Ngắt ra tí bột bằng đầu ngón út, vo tròn, ấn dẹp, cho vào giữa 1 viên nhân là 1 hạt đậu phộng rang hoặc 1 viên dừa cắt hạt lựu. Vo đều thành viên. Cố gắng làm vỏ bột mỏng thì sau này viên chè bột lọc sẽ trong suốt rất đẹp.

4 Cho nước, đường nâu và gừng cắt sợi vào nồi. Đun 5 phút ở lửa vừa.

5 Luộc các viên bột lọc khoảng 3 phút cho đến khi nổi lên mặt nước. Luộc thêm 2 phút nữa ở lửa vừa rồi vớt ra tô nước đá. Viên bột chín gặp nước lạnh sẽ trong lại, có thể nhìn xuyên thấy nhân. Thả các viên bột lọc vào nồi nước đường. Múc ra chén và ăn nóng.

RAU CÂU TRÁI DỪA

CHUẨN BỊ
10 phút

NẤU
5 phút

TỔNG THỜI GIAN
3 giờ

MỨC ĐỘ
Dễ

MÓN
Tráng miệng

ẨM THỰC
Việt Nam

Rau câu trái dừa là lựa chọn hoàn hảo cho món tráng miệng. Ngoài cơm dừa, rau câu được hòa quyện với nước dừa ở phần đáy còn bên trên là rau câu hòa với nước cốt dừa béo ngậy. Nhìn trái dừa thật đẹp mắt khiến ai cũng muốn thử vị ngọt mát của món ăn này.

Xem video hướng dẫn:
http://goo.gl/dmYkDe

NGUYÊN LIỆU
2 phần ăn

2 trái dừa non
1 mcf bột rau câu
3 ms nước cốt dừa
1 ms đường (tùy khẩu vị)

1 Chặt nắp trái dừa bằng dao phay và đổ nước ra. Giữ lại nắp. Để nước dừa lắng cặn.

2 Đổ nước dừa vào nồi, cho đường và bột rau câu vào khuấy tan. Cho lên bếp đun sôi rồi hạ lửa và vớt bọt.

3 Đổ hỗn hợp vào ngập 2/3 trái dừa. Để nơi mát cho mau đông.

4 Phần còn lại cho lên bếp, thêm nước cốt dừa và đun nhỏ lửa.

5 Khi phần thạch trong trái dừa đã đông bề mặt, đổ hỗn hợp thạch cốt dừa lên trên. Để tủ lạnh vài tiếng cho đông hoàn toàn. Trang trí với 1 cây dù nhỏ xinh. Ăn lạnh rất mát. Khi ăn có thể nạo lớp cơm dừa ăn cùng thạch.

CÀ PHÊ SỮA ĐÁ

 CHUẨN BỊ
15 phút

 MỨC ĐỘ
Dễ

 MÓN
Thức uống

 ẨM THỰC
Ảnh hưởng Pháp

Cà phê là thức uống không thể thiếu của mỗi người Việt và Việt Nam nổi tiếng thế giới bởi cách pha cà phê. Khắp nơi đâu đâu cũng thấy quán cà phê và người ngồi đông như kiến. Thức uống này giúp tinh thần tỉnh táo, minh mẫn để bắt đầu ngày làm việc mới. Bây giờ bạn hãy tập pha cà phê phin kiểu Việt nhé.

CÀ PHÊ SỮA ĐÁ KIỂU SÀI GÒNCÀ PHÊ SỮA ĐÁ KIỂU HÀ NỘI

 Xem video hướng dẫn:
http://goo.gl/eFk9EI

NGUYÊN LIỆU
1 ly

3-4 mcf cà phê rang xay
3-4 mcf sữa đặc có đường
1/2 chén nước sôi
1 chén đá xay
1 phin cà phê

1. Tráng qua phin bằng nước nóng và lau khô để phin thật sạch. Đảm bảo phin và tách phải sạch và khô thì cà phê mới ngon.

2. Cho sữa đặc có đường vào ly.

3. Đặt phin lên miệng ly, cho vào phin một lượng cà phê khoảng 3-4 muỗng súp tùy thích, sau đó lắc nhẹ phin cho mặt cà phê phẳng, nén hoặc xoay nắp chèn cà phê theo hình xoắn ốc cho có độ chặt nhất định.
Dùng nước pha tinh khiết sôi 100°C.
Chế nước 2 lần: Lần 1 chỉ cho 1 chút xíu nước (khoảng 10ml) chỉ đủ để ướt các hạt cà phê, đậy nắp lại, và để trong vòng 30 giây cho cà phê ngấm nước và nở.
Lần 2: Cho thêm lượng nước như mong muốn, đậy nắp.

4. Cà phê sẽ nhỏ từng giọt chậm. Sau chừng 6-7 phút, nó sẽ ngừng chảy. Nếu cà phê xuống nhanh quá, có thể điều chỉnh bằng cách ấn nắp chèn cà phê xuống và ngược lại. Cho đá bào vào ly, khuấy đều và thưởng thức. Nếu muốn uống nóng thì ngâm ly cà phê vào tô nước nóng. Ồi thơm quá!

THẠCH RAU CÂU

CHUẨN BỊ
30 phút

NẤU
30 phút

TỔNG THỜI GIAN
4 giờ

MỨC ĐỘ
Trung bình

MÓN
Tráng miệng

ẨM THỰC
Việt Nam

Người phương Tây thường làm các món thạch bằng gelatin – một loại chất làm đông chiết xuất từ da heo. Vì vậy những người ăn chay hoặc theo đạo Hồi thường không được ăn các loại thạch đó. Đa số thạch của Việt Nam làm từ bột rau câu, chiết xuất từ rong biển, rất tốt cho sức khỏe và cũng ăn chay được. Thường thạch rau câu ở ngoài hàng người ta bỏ phẩm màu. Còn thạch mình làm ở nhà thì dùng các loại nước ép trái cây, vừa ngon, bổ, vừa có đủ màu bắt mắt nữa!

NGUYÊN LIỆU
6-8 phần ăn

Cho mỗi lớp
1 ms bột rau câu
4 ms nước
2 chén chất lỏng 240 ml (nước ép/nước cốt dừa/cà phê sữa)
2-3 ms đường

Xem video hướng dẫn:
http://goo.gl/9ql3CZ

1 Làm lớp rau câu cà phê: 1 ms bột rau câu hòa tan với 4 ms nước. Pha 2 gói cà phê sữa với 240 ml nước. Cho cà phê sữa, hỗn hợp bột rau câu, và 240 ml nước vào nồi. Thêm 2-3 ms đường tùy khẩu vị. Khuấy tan, đun sôi trên bếp. Khi sôi hạ lửa và vớt bọt. Đổ vào khuôn.

2 Làm lớp rau câu dừa: 1 ms bột rau câu + 4 ms nước, 240 ml nước cốt dừa, 240 ml nước, 2-3 ms đường. Khuấy tan và đun sôi. Khi sôi hạ lửa và vớt bọt. Khi lớp thạch trước hơi đông lại, đổ lớp thứ 2 lên.

3 Làm tương tự với lớp rau câu lá dứa: 1 ms bột rau câu + 4 ms nước, 480 ml nước, vài giọt tinh chất lá dứa, 2-3 ms đường. Khuấy tan, đun sôi trên bếp. Khi sôi hạ lửa và vớt bọt. Đổ vào khuôn.

4 Có thể làm nhiều thêm nhiều lớp với các màu khác từ các loại nước khác. Khi xong lớp cuối để thạch vào tủ lạnh vài giờ là dùng được.

MẸO Khi lớp thạch trước hơi đông lại, chỉ đóng váng trên bề mặt và chưa đông hoàn toàn (khi sờ vào vẫn còn phập phồng) thì bạn liền đổ lớp sau (còn nóng) lên. Khi đổ nên dùng vá đổ quanh mép khuôn để không bị vỡ lớp thạch phía dưới. Nếu để lớp dưới đông cứng hẳn rồi mới đổ lớp sau, sau này các lớp thạch sẽ bị tách lớp, không dính kết với nhau. Để đổ thạch nhiều lớp thành công bạn cần chút kiên nhẫn và khéo léo. Làm vài lần là sẽ quen thôi.

Càng nghiên cứu nhiều về ẩm thực Việt, Helen càng thêm yêu mến các món ăn truyền thống của dân tộc và nền ẩm thực vô cùng phong phú và độc đáo này. Ông cha ta thật tài tình khi đã nghĩ ra những cách chế biến món ăn thật bình dân, vừa ngon lại vừa tốt cho sức khỏe. Bữa ăn của người Việt luôn cân bằng về mùi vị cũng như thành phần chất đạm, tinh bột và rau củ. Đó có lẽ là lí do ẩm thực Việt ngày càng được ưa chuộng trên thế giới.

Helen hi vọng quyển sách này có thể giúp các bạn trang bị một số kĩ năng căn bản để nấu những món ăn Việt đơn giản cho những người thân yêu.

Các bạn hãy truy cập vào trang web www.danangcuisine.com hoặc kênh Youtube www.youtube.com/HelenRecipes để tìm hiểu thêm cách nấu thật nhiều các món ăn khác nữa.

Nhân đây Helen xin gởi lời cảm ơn chân thành đến các khán giả thân thiết đã theo dõi thường xuyên và ủng hộ kênh Youtube HelenRecipes. Chính những khích lệ của các bạn là nguồn động lực to lớn giúp mình hoàn thành cuốn sách này. Cảm ơn Mẹ vì đã tập cho con nấu ăn và niềm đam mê bếp núc từ nhỏ, đã luôn ủng hộ những cố gắng và giúp con hoàn thiện cuốn sách này. Cảm ơn Hạ Uyên đã làm bạn chơi đồ hàng từ thời thơ ấu và cùng vun đắp tình yêu dành cho ẩm thực. Cảm ơn Ba vì luôn yêu thương và ủng hộ ba mẹ con. Yêu cả nhà.

Helen Lê Hạ Huyền

MÓN ĂN VIỆT VỚI HELEN
Tác giả: **HELEN LÊ HẠ HUYỀN**

Biên tập: Hạ Ngọc Nhạn
Thiết kế: Hoàng Ngọc, Moon Trần

Xuất bản bởi CreateSpace Independent Publishing Flatform
Copyright © 2014 Helen Lê Hạ Huyền
Bản quyền tác phẩm đã được bảo hộ.
(All rights reserved.)

ISBN-10: 1507881126
ISBN-13: 978-1507881125

Made in United States
Troutdale, OR
06/19/2025